I0645374

HỒN PHỞ

HỒN PHỞ

Tập truyện Diệp Bảo Khương

Dàn trang: Nguyễn Thành
Bìa: Uyên Nguyên Trần Triết
Nhân Ảnh Xuất Bản 2022
ISBN: 9781087926940

DIỆP BẢO KHƯƠNG

HỒN PHỞ

Tập truyện

NHÂN ẢNH
2022

Lời Ngỏ

Tôi chọn ra một số bài đã viết để in thành tập sách nhỏ, để dánh dấu một chặng đường mà tôi đã đi qua.

Nhớ lại ngày ấy, ngày 14 tháng Hai năm 2012, Hồn Phở là bài tự sự đầu tiên của tôi được nhà báo Ngọc Lan cho đăng trên tờ Người Việt Daily News. Khởi đi từ đó, tôi bắt đầu rong chơi với chữ nghĩa, bằng sự khích lệ của bạn bè, của những người thân quen và của cả những người không quen biết.

Vậy mà cũng đã được mười năm tròn, mười năm với biết bao nhiêu buồn vui, ít nhiều gì tôi cũng đã gửi gắm nó vào từng con chữ.

Tôi không mơ mộng sẽ trở thành nhà văn, vì tự biết mình không có khả năng đó. Với tôi, viết lách chỉ là một cách để giải bày những nỗi niềm, để tâm sự với chính tôi, trước nhất. Và sau đó, những gì tôi viết ra, nếu gặp được những tâm hồn đồng cảm thì đó là điều may mắn mà tôi có được.

Cho tôi được biết ơn người đã khai mở con đường đến với văn chương chữ nghĩa, để tôi có được cuốn sách này, hôm nay.

Cho tôi được cảm ơn các độc giả đã không những chịu khó đọc giùm mà còn gửi lời khen, lời góp ý rất chân tình, rất quý báu.

Cầm HỒN PHỞ còn thơm mùi mực in trên tay, lật lật những trang đầu tiên mà lòng dâng lên nhiều cảm xúc. Xin được san sẻ niềm xúc cảm đó, và mời bạn cùng tôi bắt đầu chuyến xuôi dòng cùng chữ nghĩa...

Diệp Bảo Khương

HỒN PHỞ

(Xin kính tặng người đã sinh ra tôi)

Phở, với tôi, không còn là món ăn thuần túy nữa, mà là Đạo.

Trong nhà, tôi là Ông Đạo phở. Tôi có thể ăn phở trừ cơm ngày này qua tháng khác mà không ngán chút nào. Đây là nói phở bò, phở gà, chứ không phải thứ "phở" dành cho những ai chán cơm thèm phở kia đâu nha!

Không rõ là tôi mê phở từ lúc nào. Chỉ nhớ từ trước năm 1975, mỗi lần đi ngang qua quán phở ở Dục Mỹ thì giống như có ai níu chân tôi lại. Lom lom nhìn vào thấy đông ơi là đông, và thơm ơi là thơm. Để ý người ta xơi phở sao mà sành điệu quá chừng. Từ cách cho rau, giá vào tô, xịt tương đen đỏ, vắt chanh, cho đến cách cầm đũa muỗng, sao mà nó bài bản, điệu đà. Tôi cũng có lần thấy một ông ăn phở cầm nguyên nhánh rau quế sũng nước rảy xuống nền nhà, làm nước văng trúng tới chân tôi, trong tiềm thức, đôi lúc tôi vẫn còn cảm thấy ướt ướt mát mát. Tôi cũng quên tuốt luốt là lúc nhỏ có được cho ăn phở thường xuyên không, và vị phở như thế nào thì tôi chịu thua, chỉ nhớ được mùi thơm quyến rũ của nó mà thôi.

Sau ngày đổi đời, gia đình tôi tản cư về quê. Từ đó hình như phở tuyệt tích giang hồ. Và không những chỉ có phở mà còn vài thứ tôi từng được nếm qua như bôm (apple) giòn ngọt, như cam Sunkist màu vàng tươi của Mỹ, hay Coca-Cola mà mỗi khi uống đều phải nhắm mắt nhăn mặt rồi khà khoan khoái, đều rủ nhau biến mất tiêu. Đời thay đổi nên vạn thứ cũng đổi thay.

Vài năm sau khi Cửa Hàng Ăn Uống Quốc Doanh mở ra, phở mới mon men trở về, và nó rủ rê cả những quán phở tư nhân rón rén mở cửa trở lại.

Có một lần tôi và thằng bạn chen vô đó để xếp hàng ăn phở, lần đầu tiên nhìn tô phở cách mạng, tôi nản ơi là nản. Bởi đó là một thứ phở kinh hồn bạt vía, là phở không người lái. Nghĩa là ngoài bánh và nước dùng ra, không có thịt thà hành ớt gì cả. Nước lèo thì đục nhờ nhờ, lềnh bềnh váng mỡ, thực khách tự tới quầy tự bưng ra kiếm chỗ trống mà ngồi, rồi thì cứ vậy mà ăn, nếu bày đặt õng ẹo chê này nọ thì bầy heo của trại chăn nuôi hợp tác xã sẽ có dịp no nê với phở bỏ mứa bằng thích.

Phàn nàn thì cứ việc phàn nàn, ăn vẫn cứ phải ăn, chứ tiền đâu mà ra quán tư nhân để cho đáng mặt phở! Chuyện tô phở dở òm đó chỉ có bấy nhiêu mà tôi lại càu nhàu hoài. Má tôi thở dài, vì thằng con mới tí tuổi đầu mà đã biết … thất tình vì phở. Hồi đó cái nghèo hình như phủ trùm thiên hạ, cơm còn không đủ mà ăn, nói chi đến chuyện phở phiếc. Vậy mà lần nọ má tôi đi chợ về, có mua được ít xương bò, bà nói, "Chiều nay má sẽ nấu phở cho con ăn."

Tôi mừng muốn chết.

Có lẽ nhiều người vẫn chưa quên, ở miệt quê đâu có cái màn nhà nhà nấu phở, người người sơi phở như bên Mỹ này. Muốn thưởng thức phở thì chỉ có ra hàng, ra quán thôi. Cho nên cứ thử tưởng tượng, ở nơi quê mùa mà được ăn phở nấu tại gia, thì nó đã biết dường nào!

Tôi không biết má tôi nấu mất bao lâu, nấu như thế nào, mà lúc bưng tô phở bà đưa cho, mới lua đũa đầu tiên, tôi ngừng ngang lập tức. Tôi nhìn má tôi, bắt gặp ánh mắt như thầm hỏi,"ăn được hông, con!" Hai má con tôi không nói được tiếng nào. Phở quốc doanh đã dở danh trấn giang hồ rồi, mà phở má tôi nấu còn rùng rợn hơn thế nữa. Nó không có thứ chi hết ngoài nước hầm xương, thêm chút bột ngọt, và bún khô luộc lên thay cho bánh phở. Đỗi sau má tôi mới nói, "Con nè, nhà mình hông còn như xưa, chắc con cũng biết.Thấy con thèm phở má chịu hổng được. Má đâu biết nấu phở, Với lại mình đang sống dưới quê thì tìm đâu ra gia vị để nấu cho ra nồi phở bò được. Thôi ráng ăn đỡ đi, con!

- Không sao đâu, má! Con ăn tô này chắc con no tới ngày mai quá -Tui cố cà rỡn cho má tui vui. Mà sao má hổng ăn? - Tôi hỏi.

- Thằng tía mày, giỏi tửng tửng quen mỏ. Má đâu có ăn được thịt bò đâu, con!

Tôi nghe trong đầu o o như tiếng ong bay, cố nuốt cái cục nghẹn, đừng để cho nó trồi lên trồi xuống nữa.

***

Thời gian sau, nhà tôi có dịp ra vô Nha Trang, Sài Gòn để làm giấy tờ đi Mỹ, lúc đó đã rủng rỉnh tí tiền nhờ mấy anh chị gửi về, tôi lê la hết quán phở này đến tiệm phở khác. Công nhận phở nơi đó ngon thiệt. Nhất là mấy quán phở trong Chợ Lớn, thịt thà rau giá, tương đen tương đỏ, đâu ra đó đàng hoàng.

Nhưng nói đến thiên đường phở thì, với tôi, chỉ có ở quận Cam, Nam California, mới là vô địch.

Từ những quán phở ở đây, tôi mới biết phở không chỉ có tiếng phở trụi lủi, mà còn kèm theo nhiều tên khác nữa. Nào tái nạm, tái chín, nào gầu, gân, sách bò viên v...v..., rất ư là trữ tình, cứ như nghe một bài thơ về phở.

Sau bao nhiêu lần thử đủ các thứ phở, trừ phở ngầu pín, tôi đã chế ra một kiểu vừa nhanh vừa gọn để gọi phở. Vừa xà vào bàn, tùy theo đối tượng mà tôi mở máy :

- Chị/Cô/Chú/Bác ơi, cho tui xin tô xe lửa tái gầu gân bò viên, thêm hành trần nước béo nha!

Thế nhưng có lần tôi bị Tổ trát, gặp trúng cô ẻo lả như Điêu Thuyền... sắp đắm bước ra đưa thực đơn cho khách. Không hiểu khi gặp cổ, tôi bị trúng cơn gió quái quỷ gì mà tôi cứ lúng búng lùng bùng. Nghe tôi đọc thần chú xong, cô ta kê nguyên một cái tủ lẫn bàn ghế chén dĩa vào họng tôi, “Chú ơi! Tiệm cháu chỉ bán chớ hổng có cho, nên chú đừng xin mất công!”

Từ đó tôi “thù” những người nào xưng hô chú cháu với tôi lắm lựng, nhất là những cô nào vừa trẻ lại vừa đẹp!

***

Nhiều năm tháng sau, tôi làm một chuyến trở về quê hương, tìm lại những chốn xưa mà tôi đã từng cầm đũa.

Vẫn còn thấy ngon như thường. Tôi không nói đến chuyện vệ sinh ở đây, vì mỗi nơi mỗi khác. Nhưng ngon với tôi lúc đó nhiều nghĩa lắm.

Có ai để ý vì sao các quán phở bên Việt Nam chỉ mới bước vô cửa thôi đã nghe ra mùi thơm nồng nàn hơn các quán phở bên này không? Vì cái xe phở nằm trước tiệm, nào là thùng nước lèo nghi ngút khói. Nào là tảng thịt bò chín nâu đậm, miếng gầu vàng suộm treo lủng lẳng trên chiếc móc sắt. Góc kia là miếng thịt sống đỏ hồng đang nằm gọn trên thớt, ông chủ quán thoăn thoắt vừa xắt vừa bốc thịt cho vào tô. Nào là những bó hành lá xanh non, e ấp kề bên rổ ớt sim chín đỏ rực. Ta nói bao nhiêu màu sắc, bao nhiêu hương thơm đặc trưng của quán phở nó đập vào mắt, nó xộc vào mũi, nó kích thích thần khẩu thần vị ngay lập tức. Khách ăn được nhìn, được ngắm mãn nhãn trước khi so đũa.

***

Người xưa có nói "ăn xưa, chừa nay," thiệt không trật vào đâu được. Từ ngày rời Cali dọn qua tiểu bang xa, thì người tình phở của tôi cũng ra đi không mang va li thêm một lần nữa. Nơi tôi đang sống rất ít người Việt, thành thử hàng quán chả ra làm sao cả. Mỗi lần ghiền phở là phải xách xe chạy hơn tiếng đồng hồ mới có. Đúng là cực hình.

- Phở họ bán ăn cho có thôi, chứ ở nhà mình nấu có lẽ cũng còn khá hơn -Tôi rù rì với má xấp nhỏ như vậy.

- Ừa, nấu thì nấu!

Thế là vợ chồng hì hục đi mua xương, mua thịt về. Réo người này, hỏi người nọ về cách nấu nướng nêm nếm. Cũng phở chan nước mắt mấy lần. Cuối cùng rồi cũng xong, cũng ra dáng người tình phụ của tôi lắm.

Miếng ngon nhớ lâu, đòn đau nhớ đời. Tôi thì ngược lại. Dù ai vô tình hay cố ý làm cho tôi đau đớn, tôi cũng tìm mọi cách xoa dịu cho vết thương mau lành, sớm chừng nào tốt chừng đó. Còn món ăn dẫu ngon hay dở, tôi cũng vẫn nhớ hoài nhớ hủy. Nhớ là nhớ đến tấm lòng người đã tạo ra món, cho tôi có cái ăn. Tôi gọi đó là hồn, như hồn người tình phở của tôi.

Như hồn tô phở của Má tôi.

MẸ LÀ CA DAO

(Xin kính tặng hương hồn má tôi, người đã về nơi vĩnh hằng hôm 13 tháng 4. Ngày Lễ Mẹ năm nay rơi vào ngày 13 tháng 5, lần đầu tiên ngực áo tôi cài hoa trắng)

Chúng ta ai ai cũng một lần được mẹ cha sinh ra. Và chúng ta ai ai rồi cũng sẽ có một ngày mồ côi cha mẹ. Đó là điều tất nhiên, không sao tránh khỏi.

Tôi cũng vậy. Má tôi mất vào một ngày tôi không thể nào quên trong đời, ngày 13 Tây Thứ Sáu, một ngày định mệnh, một ngày xui xẻo nhất mà hồi nào tới giờ tôi không hề tin vào điều nhảm nhí ấy.

Trước đó một tuần, tin từ Việt Nam cho hay má tôi trở bệnh nặng, làm cho các đứa con cuống cuồng lo tìm mua vé máy bay, để có thể kịp về nhìn mặt mẹ lần cuối. Vé đã có trong tay nhưng Visa vẫn còn chờ được cấp. Những ngày chờ đợi là những ngày dài nhất. Dài là vì trong lúc lòng như lửa đốt, tôi vẫn phải đi làm mà hồn vía ở đâu đâu. Nỗi lo âu canh cánh bên lòng, lỡ mình về không kịp thì sao…

Giờ ăn trưa hôm đó, tôi vừa ngồi xuống bàn bỗng dưng con quạ từ đâu chao cánh đậu cạnh hàng rào gần chỗ tôi ngồi. Nó nghiêng nghiêng đầu, rồi nhìn thẳng vào tôi buông lên ba tiếng khô khốc, nghe não cả lòng. Tôi bất giác rùng mình, liên tưởng đến điều đứt ruột nhất mà rất nhiều lần cố tránh không dám nghĩ đến.

Lủi thủi tôi lên văn phòng sếp báo tin buồn rồi xin nghỉ phép hai tuần. Sau những cái siết tay thật chặt của đồng nghiệp, tôi ra về để chuẩn bị ngày về gặp má lần cuối. Nào ngờ giữa khuya đêm đó tôi nhận được tin dữ: má tôi không còn nữa. Tôi nghe lùng bùng trong đầu, trạng thái hãi hùng như vừa sẩy chân lao xuống vực sâu hun hút. Tôi không thể nào tin được dù biết rằng đó là sự thật, một sự thật đắng cả lòng.

Tôi thẫn thờ mở cửa bước ra ngoài sân, bầu trời đêm chi chít sao, nhấp nha nhấp nháy. Nhớ lúc tôi còn nhỏ má tôi thường nhìn lên trời rồi chỉ cho tôi biết đâu là sao Bắc Đẩu, nơi nào là sao Thần Nông… Tôi níu tay má rồi chỉ vào một ngôi sao sáng nhất, óng ánh sắc tím và nói đó là ngôi sao của bà. Giờ tôi cố dõi tìm nhưng sao vẫn không thấy nó ở đâu, hình như nó đã đổi ngôi rồi.

Bạn bè biết được chuyện không may nên đã viết chung một Entry "Ca Dao Mẹ" dành riêng cho tôi cùng với những lời chia buồn ấm áp tình thương mến. Chăm chú đọc từng dòng từng chữ của các bạn, tôi bật khóc ngon lành. Nước mắt cứ giàn giụa chảy hoài vì nỗi buồn, nỗi đau đã vượt quá sức chịu đựng.

Sau 36 giờ ngất ngư từ phi trường này đến phi trường khác, từ máy bay nọ đổi qua máy bay kia, cuối cùng tôi cũng đã về đến quê hương, về được với má. Nhìn bà nằm im lìm, nét mặt như còn trông ngóng những đứa con ở phương xa, mặt đất bỗng nhiên chao đảo quay cuồng. Như bị hút hết sinh lực ra khỏi người, tôi thấy tôi là đà bay, bay theo má tôi.

Má ơi! Con về với má rồi nè, má ơi!

Rồi mọi chuyện cứ tuần tự trôi. Trước giờ nhập quan, anh chị em tôi lần lượt cuối xuống gần để vuốt mặt bà lần cuối. Khuôn mặt hiền từ của người sinh ra mình, đã từ lâu rồi tôi không còn được mân mê, sờ sẫm như lúc còn bú mớm nữa! Chiếc nốt ruồi quen thuộc cồm cộm trong lòng bàn tay, tôi bịn rịn, cứ muốn nấn ná lại với bà hoài. Những lời thầm thì của đứa con đang đứng rất gần với má, nhưng cũng rất gần với giờ vĩnh viễn chia xa.

Tôi bần thần khi nhìn người ta liệm má tôi. Những vật tùy thân khi còn sinh thời được bỏ vào quan tài từng chiếc một. Đây là chiếc áo dài bà đã mặc trong ngày cưới vợ cho tôi. Kia là chiếc khăn quàng còn mới tinh mà bà chưa xài qua một lần vì sợ nó cũ uổng! Má tôi bản tính rất tiết kiệm, cả một đời ít khi nào dám phung phí hay tiêu xài gì sang cho riêng mình. Không biết ở thế giới bên kia, với những món đồ được gửi theo, bà sẽ dùng hay là lại để dành để dụm nữa…

Các anh chị tôi bật khóc khi nắp chiếc quan tài được đóng lại. Tôi ôm vai từng người và cố khuyên hãy gắng gượng để cho má đi được thanh thản. Tuy nhiên chính tôi lại là người khóc nhiều nhất. Lúc thì nước mắt trào ra lặng lẽ đầy kẽ bàn tay, lúc thì thút thít cố nuốt ngược vào lòng.

Ôm di ảnh má đứng trước huyệt mộ, tôi lảo đảo như người say nhìn mọi người làm lễ hạ quan. Ai bảo sao thì tôi làm vậy, không còn biết mình là ai, đang làm gì nữa, chỉ có cảm giác đau ngút trời, mãi mãi từ nay không còn được nhìn thấy má tôi nữa rồi!

Hành trang đem về chịu tang có bài Hồn Phở, bài tôi đã viết trước khi bà về quê, dự định khi nào được đăng báo sẽ hí hửng đem khoe, rồi đọc cho bà nghe. Tôi nghẹn ngào thủ thỉ trước ngôi mộ mới đắp, tôi tin là má tôi vẫn nghe được nỗi lòng của đứa con đang nhớ mẹ đến tê tái cả hồn.

Má ơi! Con viết bài Hồn Phở với mục đích nhắc lại chuyện ngày xưa để cho má vui. Đã rất nhiều lần con muốn nói cám ơn má đã sinh con ra, nuôi con nên người, nhưng con không hiểu sao vẫn chưa lần nào nói được. Nay con nhờ bài viết thay lời ăn năn đến với má, của một đứa con đang thầm thì, chỉ với mấy chữ "Con thương má lắm, má ơi!" mà cũng chẳng tròn lời ...

Ngọn lửa ngập ngừng lặng lẽ cháy trên những trang giấy, tôi bùi ngùi nhìn Hồn Phở từ từ trở thành tro bụi mong manh. Làn gió mát lành từ đâu len tới, cuốn nhẹ đám tro tàn bay về cõi xa xăm…

Lời ca của Ca Dao Mẹ chợt đến với tôi thật nhẹ nhàng "Mẹ ngồi trăm năm như thân tượng buồn để lại quê hương…" Ôi, Mẹ là ca dao hay ca dao là Mẹ? Cũng từ nơi này khi tuổi vừa mười tám má đã theo chồng xa quê, để rồi cuối đời má lại về chốn cũ, má cũng đã trăm năm về nằm lại quê hương rồi. Má an lòng nha má! Má ngủ cho thật ngon nha má!

Tôi ngồi bệt xuống đất ngơ ngác nhìn quanh. Chiều xuống rồi, mây trời ngẩn ngơ khăn tang trắng, tôi biết rằng giờ mình cũng trắng xóa khăn tang.

TÍA, ĐÒN ROI VÀ CHỮ NGHĨA

(Xin tặng tía tôi, người giờ đã đi xa, xa lắm...)

Tía tôi năm nay đã 87 tuổi rồi. Cái tuổi mà mỗi ngày trôi qua là bổng lộc của trời đất ban cho. Từ hôm má tôi mất, tía tôi buồn lắm. Ông lặng lẽ đi vào, đi ra thần thờ bơ vơ bóng lẻ.

Ông đứng tần ngần trước bàn thờ, đưa tay sửa lại bức hình má tôi cho ngay ngắn. Ông lại lúi húi thay nước, thắp nhang, làm này làm nọ, với mục đích là được gần gũi với má tôi. Ôm vai ông, tôi thì thầm là cố giữ gìn sức khỏe, dẫu sao má cũng đi rồi. Tôi nói thì tôi nói, ông vẫn làm theo ý của ông, "Tía muốn săn sóc cho má được tươm tất như những ngày má còn sống, con à!"

Tôi nghe mà não cả lòng. Tôi lo cho ông lắm.

Ngày chúng tôi trở lại Mỹ, ông đứng lặng lẽ nhìn đám con vội vã bước ra xe như không muốn kéo dài phút giây bịn rịn. Tôi đăng cả lòng, thắt cả ruột khi thấy ông mếu máo đưa tay chùi nước mắt. Tôi muốn nhảy đại xuống xe để ở lại với ông, mặc kệ bao bộn bề, lo toan của cuộc sống nơi xứ người. Trong đời tôi, đó là lần chia ly não nề nhất. Não nề cho cả người đi lẫn người ở lại.

Hình ảnh đó của tía cứ theo tôi mãi. Giờ ngồi đây, nhớ đến tía, tôi lần dò những kỷ niệm về ông, tôi thấy cả trời thương nhớ lẫn sợ sệt lũ lượt ùa về. Kỷ niệm về tía tôi thì nhiều lắm. Có kỷ niệm toàn là đòn với roi. Có những kỷ niệm toàn chữ với nghĩa. Với đòn roi, tôi gọi đó là kỷ niệm võ biền. Với chữ nghĩa, tôi đặt tên cho nó là kỷ niệm văn chương.

Tôi bị ăn đòn của tía tôi khá nhiều. Tuổi thơ của tôi hầu như toàn là ghẹo làng, phá xóm. Hết đầu trên măng vốn thằng con "quỷ tử" đánh lộn phun máu đầu con người ta, tía tôi chưa xử xong, lại thấy ông lui cui bẻ roi để trị tội tôi vác đá ném chó làm bể toang cái lu đựng nước của nhà bà xóm dưới. Đá mà ném trúng lu sành thì bể không đẹp không ăn tiền! Rồi cái mông của tôi cũng lằn xanh lằn đỏ không ăn tiền không đẹp sau đó. Tại con chó quỷ sứ cứ nhè tôi mà nhe răng gầm gừ, tôi cảnh cáo nó mấy lần mà nó không chịu nghe, chưa mần thịt là may lắm cho nó rồi đó!

Rồi lần khác sau khi xem phim "Những Tên Cướp Biển Của Thế Kỷ Hai Mươi", lũ quỷ chúng tôi mắc chứng gì nhào xuống sông, ngay giữa họng nò*, lôi cái xuồng của người ta ra giữa dòng, đứa thì chèo, đứa thì leo lên nhào xuống nước móc bùn bôi đen kịt đầu cổ chân tay, giả làm cướp biển. Xui làm sao xuồng lật úp, những đứa biết bơi thì không nói gì, còn đứa biết lặn ... đến ba ngày mới nổi thì hì hà hì hụp giã gạo. May nhờ thằng hải tặc khác có lòng từ bi bất ngờ vừa bơi vừa đạp nó vào bờ, không thôi giờ này có thằng mồ yên mả đẹp rồi. Thằng đó chính là cái thằng đang viết bài này.

Thế là tía tôi có dịp tốn tiền bằng thích, tiền đền cho chiếc xuồng bị mất, cho cái lu bị bể, tiền tặng cho gia đình có thằng con vừa cứu được một mạng người. Riêng tôi thì ông tặng cho thứ khác: roi tre tẩm bột chiên giòn.

Tía tôi có kiểu đánh con ngộ lắm. Roi chưa vô đít mà miệng ông đã gầm vang trời rồi. Hùng hùng hổ hổ, xắn tay áo, ông đè tôi xuống đất rồi lấy dây cột tay chân tôi vô bộ ván ngựa. Ông bắt đầu tụng kinh giáo huấn, "Nuôi cho con lớn chừng này rồi, chưa giúp ích gì được cho ai hết, lại nhong nhong cả ngày ngoài đường, chọc cho người ta réo tên cha tên mẹ ra mà chửi. Chửi nè! Chửi nè!" Cái roi trên tay ông cứ nhịp lên nhịp xuống theo tiếng "nè nè" liên tục, và những vết roi đã in hằn trên mông con ngựa hoang bất trị.

Khi thấy cho tôi ăn lươn um tạm đủ, ông gác roi trên người tôi, bỏ đi qua nhà hàng xóm uống trà mà không quên buông theo một câu: "Cái roi mà rớt xuống đất là con chết với tía". Chết sống gì tính sau, nhác thấy bóng ông vừa khuất là tôi tìm cách tháo dây trói, ù chạy để bày cuộc vui mới, không kém phần hứa hẹn nhiều trận đòn quắn đít khác. Đó là những kỷ niệm võ biền.

Kỷ niệm văn chương thì tình cảm ướt át hơn. Tía tôi khéo tay lắm. Ông có biệt tài về làm đồ gốm. Tôi nhớ có lần cô giáo của tôi bắt học trò dùng đất sét nặn hình trái cây hay muông thú để lấy điểm môn học thủ công. Cô cho học trò đem về nhà làm. Tôi chỉ thích lấy đất sét vo viên, phơi khô để bắn chim thôi, chứ mấy thứ khác thì tôi tịt. Thấy tôi cứ loay hoay hoài mà chưa nên ngô khoai gì ráo, ông bèn kéo ghế ngồi xuống dạy tôi làm. Bài học đầu tiên ông giảng là phải biết cách tưởng tượng và quan sát. Ông bốc cục đất dẻo mềm lên, vo tròn rồi dùng lòng bàn tay ấn nhẹ cho hơi dẹp xuống. Kế tiếp ông dùng ngón trỏ và ngón cái kẹp lại, vừa ấn ấn vừa xoay đều. Xong ông lấy chiếc đũa, nhấn nhấn thành từng múi, từng múi. Cuối cùng ông ngắt ít đất sét còn dư, nắn thành chiếc lá, gắn lên đó. Tôi mắt tròn mắt dẹt nhìn, mới nãy chỉ là cục đất, giờ nó đã thành hình quả bí xinh xinh. Ôi chao, sao mà nó dễ như húp cháo nóng vậy ta ơi!

Ông biểu tôi làm lại, nhưng tác phẩm của tôi làm ra nhìn khủng khiếp lắm. Thấy tôi chù ụ mặt, ông nói: "Nội con ngày xưa dạy tía cũng giống như tía dạy con bây giờ. Con làm bất cứ cái gì cũng cần phải để tâm vào đó, nó mới thành công được. Bây giờ thì xấu xí, mai này nó sẽ đẹp hơn nếu con có cố gắng." Lời ông nói lúc đó như gió thổi mây bay, tôi nào có hiểu quái gì đâu!

Lớn lên một chút, ông dạy cho tôi chữ nho. Ông bảo chữ nho thâm thúy lắm, chữ ít nghĩa nhiều. Chỉ cần một trong năm chữ Nhân, Nghĩa, Lễ, Trí, Tín, nếu tôi hiểu và thực hành đúng thì đủ để thành nhân rồi. Cái này thì tôi khoái lắm. Những gì ông dạy tôi, tới nay tôi vẫn còn nhớ. Nhờ cái đà đó, tôi biết được khá nhiều về văn thơ viết bằng chữ Hán phiên âm qua Việt ngữ trong sách báo tôi đọc được. Nhiều đến nỗi tôi nghĩ có thể đựng đầy trong hai chiếc lá mít.

Bây giờ ngồi viết về tía tôi là viết về những chuyện đã qua, đã trở thành kỷ niệm. Người ta hay dùng nải chuối buồng cau để liên tưởng về Mẹ. Tôi chưa thấy có hoa trái nào dành cho Cha hết. Nếu vậy thì tôi xin dùng chùm khế ngọt để tặng cho tía tôi.

Tía ơi! Trái khế bình thường lắm, nhưng con thấy tía đúng là trái khế của đời con. Trái khế của quê hương mỗi khi con nhớ đến. Trái khế của tuổi thơ đầy đòn roi, nhờ đó con tránh được biết bao nhiêu là roi là đòn mà đời quất con túi bụi. Trái khế của chữ nho mỗi khi con vỗ đùi khoái chí khi bắt gặp lại những câu, những bài thơ mà tía đã dạy. Con xin làm con quạ, ăn những trái khế tầm thường, và xin được trả lại cho đời, cho người những nén vàng ròng mà tía thường dạy dỗ.

VƯỜN LAN CỦA TÔI

Tôi mê hoa lan từ hồi tình cờ đọc được truyện ngắn "Lan Rừng" của nhà văn Nhất Linh, và mê lan qua những nét huyễn hoặc, rờn rờn mà ông đã tả về lan trong đó.

Mê chỉ là mê vậy thôi, chứ thật ra lúc đó tôi chưa hề được tận mắt thấy hoa lan bao giờ. Mãi về sau này khi qua đến Mỹ, nhất là những dịp Xuân về Tết đến, dạo chơi ở những chợ hoa, tôi mới thấy mọi người trầm trồ bên những giò hoa lạ và đẹp, hỏi ra mới biết hoa lan là đây.

Nét đẹp đài các, lộng lẫy kiêu sa của hoa khiến tôi sững sờ, chân bước đi không muốn nổi, phải hỏi xem giá tiền và bấm bụng mua một chậu lan với giá ở trên trời, vì lúc đó hoa lan còn mắc lắm.

Chậu lan đầu tiên của tôi có tên là Hồ Điệp, một cái tên như vừa bước ra từ những câu truyện liêu trai ma quái.

Với hai giò hoa cong vút, điểm theo mười tám cánh hoa phơn phớt hồng như bươm bướm nhởn nhơ đang bay hay đang đậu. Có chú như xòe cánh hết cỡ để sưởi nắng ấm ban mai. Có cô còn e thẹn chưa muốn nở vội, như còn ngại ngừng sợ bị trêu ghẹo bởi những cơn gió vô tình thoảng qua. Trên chót ngọn là những nụ hoa còn ngủ say trong những chiếc kén xanh xanh, chỉ chờ đến ngày đến giờ những cánh bướm mỏng manh sẽ nở bung, chấp chới bay, tô điểm cho đời thêm tươi thêm thắm.

Nhưng chỉ độ hai tuần sau, từ một chậu hoa đang tưng bừng nở rộ bỗng dưng sầu rụng và héo rủ cả hoa lẫn lá. Dù tôi hốt hoảng tưới nước bón phân cách chi cũng không cứu lan được. Nhìn lan chết tôi buồn và tiếc lắm.

Từ đó về sau tôi không dám mua lan về chưng Tết nữa, vì sợ không biết chăm sóc, vừa tốn tiền vừa có lỗi với hoa.

Bẵng đi một thời gian dài, tôi hầu như quên lửng trên đời này còn có một loài hoa quý được tôn vinh là thiên hạ đệ nhất hương hoa nữa. Ngờ đâu có một năm nọ, lúc đó má tôi còn sống, anh tôi tặng cho bà một chậu Hồ Điệp nhân ngày lễ của Mẹ. Má tôi vui lắm, hàng ngày bà thường ngồi bên chậu lan, săm soi lan như săm soi những niềm vui nho nhỏ mà bà có được.

Nhưng lan có duyên với má tôi chưa được bao lâu thì bà về quê và vĩnh viễn nằm lại ở quê hương. Mỗi lần ra thăm chậu lan là tôi lại nhớ dáng bà nhẹ nhàng đỡ giò hoa lên rồi cột lại vào cành tre để cho lan được đứng thẳng thớm. Bà hay hỏi tôi điều này điều nọ về lan, lúc đó tôi còn mù tịt nên cứ ậm à ậm ừ rồi đánh trống lảng cho xong.

Má tôi đã đi xa, và vì không muốn lan bỏ tôi mà đi thêm lần nào nữa nên tôi mày mò tự học cách trồng. Cũng khổ công lắm. Cuối cùng thì đến nay chậu lan của bà để lại cũng đã hơn bốn mùa hoa tàn hoa lại nở.

Chậu lan thứ ba mà tôi đang sở hữu cũng là một cơ duyên tôi có được.

Phải nói đó là duyên kỳ ngộ. Nhân dịp Tết đến, tôi từ Florida về thăm Cam Thành để gặp gỡ một số bạn bè quen nhau trên NgocLan blog, nơi vốn được xem như là thế giới ảo. Tui tôi xôn xao tay bắt mặt mừng, nói nói cười cười vui còn hơn cả Tết.

Quà của bạn tặng cho tôi là một châu lan quý. Lần này không phải Hồ Điệp mà là lan Úc. Cánh lan nhỏ nhắn xinh xinh, màu trắng nõn nà, môi pha sắc tím. Hương thoang thoảng, hình như chỉ vừa đủ thơm cho người thưởng ngoạn nhận biết lan đang có mặt ở đâu đây.

Nhận hoa, tôi nhận kèm luôn câu, "Ông mà để cho nó chết là biết tay tui!" Chẳng cần phải hăm he, tôi cũng biết là nên cưng hoa còn hơn cưng người đẹp. Từ lúc đưa chậu hoa lan lên máy bay tới lúc lan về nơi tôi ở, tôi không dám rời mắt khỏi lan. Về đến nhà tôi thở phào khoan khoái, lan không rụng một cái bông hay bầm dập một chiếc lá.

Từ đó tôi đâm ra có cái thú vui rất tốn tiền và tốn thì giờ là sưu tầm và trồng lan. Dù xa xôi cách mấy mà cứ nghe ngóng nơi nào có hội hoa lan là tôi tìm đủ mọi cách đến để ngắm cho được những loài lan quý, mặc cho vợ tôi ngán ngẫm thở dài.

Và mỗi khi về lại chốn xưa, rất nhiều lần tôi lên tận Santa Barbara, vào những vườn lan nổi tiếng, những chậu lan lạ mắt khiến tôi ngây người ngắm nghía, muốn mua mà không đủ tiền, đành ra về mà cứ ngậm ngùi tiếc rẻ hoài.

Tôi trồng lan không giống như người khác, hay thích tìm tòi sáng tạo lối đi riêng cho mình. Nào là nhặt nhạnh những vỏ ốc, nào là mua gỗ về mày mò cưa đẽo khoan đục làm thành từng giỏ hoa trồng lan. Dẫu biết rằng đi mua sẽ rất giản tiện, nhưng nhìn "tác phẩm" do chính mình tạo ra vẫn có cảm giác lâng lâng sung sướng hơn, dù tốn công tốn của gấp bội.

Cả việc đặt tên cho lan cũng vậy. Tôi cứ theo sở thích của tôi mà gán tên cho từng cây lan. Bảo đảm những nhà trồng lan chuyên nghiệp khi nghe tôi giới thiệu tên lan không khóc thét lên thì thôi.

Nào là Lan Nhớ Má, Lan Ốc Đảo, nào là Lan Cọp, Lan Rau Muống, nào là Bạch Lan Tinh, ĐN Lan, hoặc cả... Lan Ù. Ai muốn gọi là Đăng Lan, Kiếm Lan, Cát Lan hay Hài Lan thì mặc kệ, riêng tôi cứ việc điểm tên lan của tôi bằng tên tôi khai sinh cho chúng.

Cũng từ thú chơi lan mà tôi lại có cái trò làm thơ nữa mới ghê. Những bài thơ tôi nghịch ngợm, hài hước hóa về lan đều hình thành từ những bức hình bạn tôi "treo" trong blog. Bạn tôi bực lắm, đòi bẻ cổ tôi cho bằng được.

Bài đầu tiên có tên là "Gọi Lan Bốn Mùa". Trong đó có đoạn:

Gió xuân lan bừng nở
Đất trời ngào ngạt hương
Mỗi mùa lan mỗi nét
Bốn mùa ươm vấn vương...

Ở bài "Bạch Lan Tinh" tôi lại có những câu:

Đêm liêu trai dáng ai mờ nhân ảnh
Hồn loạn cuồng theo nhịp trống ngực rung
Đẫm sương khuya bóng lan trắng ngập ngừng
Nương theo gió buông tiếng cười lanh lảnh.

Rồi những đóa hoa lan cuối mùa, không nỡ cắt bỏ đi, tôi đem cắm vào ly rượu. Rót cho lan một ít nước trong, mong lan gắng gượng thêm vài ngày hương sắc. Thương lan phải xa cội, cũng như tôi đang nhớ nguồn, đời sống quá ngắn ngủi của lan làm tôi xúc động:

Tàn rơi từng cánh trắng xót xa,
Rưng rưng chưa nhấp đã ngà ngà...
Ý sầu theo cánh hoa lan rụng
Quạnh quẽ bên trời ta với ta...

Từ những chậu hoa đầu tiên mà tôi có được đến nay cũng gần năm năm trôi qua. Nhẩm đếm lại tôi cũng có hơn chục giò lan đủ loại. Mỗi loại cho tôi mỗi hương, mỗi sắc khác nhau. Tôi chăm sóc chúng với tất cả niềm đam mê mà tôi có được.

Tôi nghiệm ra được một điều là với hoa lá cây cỏ, nhất là với hoa lan, khi mình thật sự yêu thương chúng, hiểu về chúng tường tận thì lan đâu phải là loại hoa khó trồng như nhiều người nghĩ, mà còn rất dễ chịu, dễ tưởng thưởng cho người trồng những nụ hoa tươi tốt đậm sắc đậm hương.

Lan tuy là loài thảo mộc nhưng cũng có nhiều tình cảm như người, tôi nhận thấy như vậy. Có những lần bận việc đi xa, tôi nhờ vợ con tưới bón giùm. Lúc về thì thế nào lan cũng ủ rũ như đang nhớ đang mong chờ tôi về. Hoặc những lúc có bạn đến chơi, tôi thường mang hoa lan vào nhà chưng cho đẹp, trước sau gì lan cũng sẽ rụng đi vài nụ, dường như lan không muốn xa bạn xa bè, xa nơi lan đang sinh sống!

Những lúc tâm bất an, những lúc phiền não trong lòng, tôi thường ra vườn lan ngồi tĩnh lặng hàng giờ. Ngồi ngắm lan trong những đêm khuya mưa giăng gió giật làm mình mất ngủ, hoặc những đêm trăng vơi trăng đầy khiến lòng chơi vơi, hay những lúc bình minh chim hót, hoa lá vấn vương, tôi như được trở về với quá khứ.

Nhớ đến nụ cười hiền hậu, nhớ đến bàn tay run run của người đã khuất những khi săm soi cánh hoa lan mới nở.

Nhớ những hạt nắng thủy tinh nhảy đùa lên mái tóc điểm bạc của vợ tôi trong những ngày em không khỏe, đưa em ra vườn vừa ngắm lan vừa nghe chim hót lá rơi.

Nhớ đến tiếng cười trong trẻo khi ánh trăng đêm dõi lạnh trên những nhánh lan thoảng đưa hương thơm ngây ngất.

Nói chung, hoa lan và vườn lan với tôi bây giờ vừa là bầu bạn, vừa là lẽ sống. Thiếu nó chắc tôi sẽ thấy trống vắng nhiều lắm, như mất đi một nửa tâm hồn.

Có ai sống yên vui khi tâm hồn chỉ còn một nửa chưa nhỉ!

XÔI ĐẬU PHỘNG VÀ CHIẾC VÕNG ẦU Ơ

Mười ba tây tháng tư năm nay không rơi vào ngày thứ sáu, như một ngày thứ sáu mười ba đầy nước mắt của bốn năm về trước.

Chiều nay đi làm về, Nó ghé chợ mua ít trái cây hoa quả về rồi thắp nhang châm nước cúng, để tưởng nhớ đến ngày má mất.

Lúc còn sinh thời, má Nó rất thích những món ăn được nấu bằng nếp, trong đó có xôi đậu phộng, cho nên nó mua thêm bịch đậu, rồi hai cha con xúm xít bắt nồi lên luộc, chờ đậu chín rồi bóc vỏ để lát nữa vợ về nấu xôi, rang muối mè cúng má. Vừa làm nó vừa kể cho con nghe những chuyện về cái thuở xa lắc xa lơ nào đó, cũng món xôi đậu phộng này, nó từng làm trận làm thượng khi bà xới cho nó một chén xôi thơm mềm vừa chín tới. Ngạc nhiên khi thấy thằng con bưng chén đứng như trời trồng, hỏi lại thì Nó mếu máo, "má cho con ít đậu, con hổng thèm ăn!"

Lặng nhìn dĩa xôi trên bàn thờ nghi ngút khói, Nó trầm ngâm ngắm di ảnh của má, để rồi từng hình ảnh của ngày xưa lại về.

Ông bà nội chỉ có má là dâu, tất cả việc giỗ quảy Tết nhất đều một tay bà quán xuyến, và hầu như việc gì má làm cũng đều có nó xớ rớ một bên, cho nên những công đoạn làm ra chiếc bánh, nấu thành nồi xôi ra sao nó vẫn còn nhớ như in, mặc dù nó chỉ biết ăn thôi chứ không hề biết làm gì cả.

Nhớ nhiều nhất là lúc bó gối nhìn má nó nấu xôi chè. Bà tần mẫn vích từng miếng xôi dẻo quẹo óng nâu màu cánh gián, trong đó nào là đường, là đậu phộng, là mè, là vỏ quýt đã được nấu chín lên cái sàng tre lót lá chuối xanh mướt. Rồi bà cầm vỏ chai bia con cọp lăn đều lên miếng xôi còn nóng hôi hổi cho dẹp ra. Bà nhìn thằng con đang lom lom nhễu nước dãi, ngắt cho nó một miếng, kèm theo lời dặn, "xôi chè phải để cho thiệt nguội mới ăn được nghen con. Nhưng đừng có lén ăn vụng, má nấu để làm đám giỗ đó!". Nhắc chừng vậy thôi, chứ bà biết tỏng thằng con thế nào cũng chẳng nghe lời. Thiệt là không còn gì ngon bằng ăn vụng ăn trộm.

Nhớ nhiều lắm, mà nỗi nhớ nào về má cũng đều như có cái gì đè nặng lồng ngực nó. Mang theo những gì sâu lắng đang miên man chảy trong đầu, nó leo lên võng, bồi hồi gõ những dòng chữ này, và nghe ra câu hát vọng về từ trong tiềm thức làm nó ứa nước mắt: "Mẹ ngồi ru con đong đưa võng buồn, đong đưa võng buồn..."

Chiếc võng đang nằm là của má nó để lại, đã bao lần phải vá mặt võng, hoặc cố sửa lại chiếc khung sút ốc văng bù lon nhưng nó vẫn nhất định không chịu quăng đi. Giờ thì nó đã lờ mờ hiểu tại sao nó thích nằm võng đến kỳ lạ. Đi đâu về là lại leo lên võng. Coi TV, đọc sách hay viết lách tào lao, thậm chí cả ăn cũng đều ngồi hay nằm trên võng, đong đưa.

Nghe kể lại từ những ngày nó chưa biết nói, má bận buôn bán nên nó được giao cho đứa cháu trông coi. Cháu gọi nó bằng cậu mặc dầu cháu lớn hơn cậu gần ... mười hai tuổi. Việc của cháu là đưa võng ru cậu ngủ. Quái đản ở chỗ cứ võng vừa ngừng là cậu giật mình rồi ré lên. Thế là cháu lại nghe bà rầy.

Cháu thút thít khóc vì bị oan, "Con tưởng cậu ngủ rồi nên mới ngừng đưa. Con mỏi tay, mới ngưng có chút xíu mà cậu cứ khóc hoài!"

Lúc về chịu tang cho má, nó có gặp lại đứa cháu. Câu đầu tiên khi cậu cháu gặp nhau sau hơn hai mươi mấy năm xa cách là, "Cậu K còn nhớ cháu hông? Con Khen nè, cái đứa từng đưa võng ru cậu ngủ nè!"

Nó vừa thấy vui vui mà cũng vừa xốn xang bùi ngùi.

Bà thì nay đã đi xa rồi, cậu không còn là đứa nhỏ hay khóc nhè nữa, và cháu thì cũng già đi theo năm tháng.

***

Hình như mỗi chúng ta ai cũng đều lớn lên trong nhịp võng qua tiếng ru nhẹ nhàng của mẹ. Nhưng mấy ai còn nhớ nổi từng câu hát lời ru.

Cũng vậy, nó chỉ có thể mơ hồ nhớ những lần được má tắm hay đút cho ăn là giỏi lắm rồi. Tuy nhiên, nó vẫn biết rõ một điều là hôm nay ngày vọng mẹ, đang nằm lắng nghe tiếng kẽo kẹt võng đưa mà ngỡ như giọng ầu ơ tha thiết êm đềm của ngày xưa, sao mà mộc mạc như dĩa xôi đậu phộng mà nó vừa nấu lên để cúng, để nhớ về má của nó.

BÁNH CĂN VÀ BÁNH KHỌT

Trước Giáng Sinh, thấy bạn bè trên Facebook "quảng cáo" khuôn bằng điện có thể đổ được bánh căn, tôi dò la hỏi thăm, rồi quyết định mua một cái làm quà cho nhỏ em vào dịp Noel về.

Đã từ lâu tôi cứ đinh ninh rằng bánh căn và bánh khọt là một, chỉ khác nhau ở cái tên gọi. Quê tôi, Ninh Hòa- Nha Trang, thì kêu là bánh căn, mà khi văng tuốt vô Sài Gòn, miền Tây Nam Bộ, nó lại là bánh khọt, tôi nghĩ như vậy.

Trong gia đình tôi, hồi nào đến giờ cứ bánh căn mà kêu, nhưng từ khi có thêm mấy người chị dâu thì tự dưng đang "căn" biến thành "khọt", và mỗi lần phải nghe," hôm nay mình đúc bánh khọt ăn đi!" là tôi bực mình liền.

Hạ Tri Chương có viết: "Hương âm vô cải, mấn mao tồi", đại khái có nghĩa là "giọng quê chưa đổi, tóc mai bạc phếch hết rồi", vậy thì hà cớ gì lại đi khọt khẹt. Ai muốn khọt thì cứ việc khọt, riêng tôi cứ lưu luyến về với cái bánh căn nhà quê nhà mùa của tôi, nhưng lại đong đầy kỷ niệm trong tôi.

***

Nhà tôi có cái cối xay bột bằng đá của nội để lại. Đến đời tía tôi thì nó cũ kỹ lắm rồi. Hai cái tai gỗ đã xục xịch, ông phải thay tai cho nó đến mấy lần. Còn những hàng răng cối cũng đã từng nhờ thợ đá đục lại rãnh, vì nó đã mòn dần theo năm tháng sau những lần mệt nhọc nghiến răng cho ra đời từng thau bột trắng tinh mịn màng.

Nhà quê mà, nên ngoài những bữa cơm sáng chiều ra thì quà vặt là hàng hiếm. Để thay đổi bữa, lâu lâu nhỏ em và nhỏ cháu xúm lại ngâm gạo rồi xay lấy bột để đổ bánh căn. Muốn cho bánh giòn rụm thì ngoài dùng gạo lúa cũ ra, hai dì cháu thường để dành sẵn chén cơm nguội từ hôm qua, lát nữa cho vào xay chung với gạo.

Nhà có cái lò bằng đất nung, ở dưới đựng than đỏ hồng, bên trên là cái khuôn có những cái lỗ nho nhỏ, để vừa vặn đâu chừng mươi cái chén trèn trẹt có những cái nắp chum chúm chũm cau, rất tiện cho người đổ bánh cầm giở lên hoặc đậy lại.

Ai xoạt chân lên gân xay bột hoặc ngồi chịu trận với cái nóng hừng hực để đổ bánh thì cứ việc, riêng tôi thì có nhiệm vụ đi mua hẹ về phi với mỡ để ăn kèm với bánh căn. Mà lạ nha, cái món bánh căn thiếu gì thì thiếu, nhưng nhất định không thể nào thiếu mỡ hẹ cho được, không có nó là thấy ...nửa hồn thương đau liền. Viết đến đây tôi lại nhớ đến nhà bác ba Kính, má chồng của cô Hường. Vườn nhà bà chuyên trồng hẹ sẻ, loại hẹ thân lùn tè, lá nhỏ tí xíu, nhưng bù lại nó rất thơm, không như hẹ ở Mỹ này, tốt mã rã cùi. Bà làm luống trên nền xi măng, bốn bên viền bằng gạch. Hẹ nhà bà trồng đều bón bằng phân chuồng, tưới bằng nước mương hay nước giếng thì tôi không còn nhớ rõ, nhưng đám hẹ lúc nào cũng xanh tốt mơn mởn.

Bà rất kỹ tính, khi hẹ chưa đúng lứa, có năn nỉ thế nào bà cũng không bán, vì: "Hẹ còn nhỏ quá con à, cắt non nó chết hẹ của bác. Dứ lợ* ăn cũng hỏng ngon!". Tôi cũng hổng nhớ biết bao nhiêu lần về tay không vì những cái lắc đầu của bà, đành phải dùng hành lá thay cho hẹ.

Mớ hẹ đem về, nhỏ em rửa lại cho sạch rồi xắt nhỏ, chờ mỡ sôi lên rồi bỏ hết mớ hẹ vào đảo đều, xong nhắc xuống để qua một bên. Cái bánh nào mà vừa khô mặt, trước khi cạy ra khỏi khuôn cũng đều được phết lên chút mỡ thơm phức, rồi tôi cứ việc gắp từng cái bánh khum khum tròn chấm ngập vào chén nước mắm được nấu mặn với tôm bằm lụn vụn và cà chua chín, ta nói sao mà nó ngon lạ ngon lùng. Bánh căn còn có thể ăn với nước cá kho hay mắm nêm pha tỏi ớt. Nhưng riêng với mắm nêm thì là cái món mà tôi ưa nhất, nhai cái bánh nóng hổi giòn rụm trong miệng, để được nghe cái vị mằn mặn xam xảm của xác mắm, mùi hăng hăng của hẹ, tiếng giòn rau ráu, beo béo của tóp mỡ, vừa thổi vừa ăn vừa ngẫm nghĩ hoài ai là người đầu tiên đã sáng tạo ra món ăn ngon nhức cả răng như vầy cà!

Bánh căn được bán từng cặp, cái này úp lên cái kia, cứ như đôi sam quấn quýt chẳng muốn rời.Tôi nghĩ ăn bánh căn để được cảm thấy ngon hơn là khi mình chờ từng cái bánh, được thấy "thao tác" nhanh gọn của người đổ bánh khi hơi nóng bếp lò vẫn tỏa ấm quanh người, nhất là trời vào Đông, trong cái không khí se lạnh. Chứ đúc sẵn cả một dĩa đầy, ngồi chén tì tì thì mất đi rất nhiều cái ngon thần sầu của nó.

Trước năm bảy mươi lăm, khi chiến tranh chưa về, sau mỗi mùa gặt, tía má tôi thường cúng ruộng, trước là tỏ lòng biết ơn trời đất đã cho trúng vụ mùa, cho thóc lúa được đầy bồ, sau là để đãi đằng những thợ cày thợ cấy quanh năm suốt tháng chịu nhiều vất vả gian lao.

Ngoài cúng bằng heo gà vịt ra, tía tôi còn nghĩ ra việc đúc bánh căn để cho mọi người được ăn thêm cho vui. Trên dưới cả mấy chục người thì khuôn nào đúc cho kịp? Thế là những vỉ sắt lót sân bay được lôi ra, những chiếc chén đất sắp dài trên đó, rồi củi rừng sẵn bên, cứ vậy mà bập bùng than củi, chủ ruộng với thợ thầy xúm xít bên nhau nói cười vang động cả cánh đồng giờ chỉ còn trơ cuống rạ, cho tới khi mặt trời khuất núi xa xa, hoàng hôn nhá nhem nhuộm tím ven rừng mới chịu tàn cuộc.

Nhắc tới kỷ niệm này, đôi lúc tôi bâng quơ hỏi thầm là người dân của xã Ninh Hưng, của thôn Phụng Cang, của quê bà nội tôi, có mấy ai còn nhớ đến thời thanh bình thịnh trị, nhớ những lúc làm ruộng với ông chín Tồ là tía tôi hông nữa!

Miên man với những hồi tưởng xưa cũ, tôi đi xa khỏi mục đích chính của bài viết này, tôi muốn tìm hiểu sự khác nhau giữa bánh căn và bánh khọt. Và người giúp tôi hiểu rõ hơn về sự khác biệt đó chính là bạn tôi, người của Sài Gòn có gốc gác miền Tây Nam Bộ.

Cái bánh căn quê tôi nếu sang lắm thì cho thêm trứng gà hay trứng vịt vào. Đôi khi cũng có thêm thịt heo, tôm hay mực tươi, nhưng đó thuộc vào hàng...đại gia. Chỉ cần đổ bột gạo vào khuôn, đợi khi nghe mùi thơm hơi khen khét là biết bánh chín, giở nắp thăm, cho chút mỡ hẹ vào rồi cạy nó ra, thả nguyên cái bánh hoặc gắp từng cái chấm vào chén nước chấm, mời bạn cứ vậy mà ăn, ngại ngùng gì mà không húp thêm chút nước mắm nữa chớ! Bạn cứ việc từ từ vừa ăn vừa hít hà, rồi bó gối chờ cho cặp bánh khác chín tới. Đưa chén đây, tôi bằm thêm cho bạn chút xoài sống, để coi bạn thấy có ngon tuyệt trần đời hông nha!

Đó, cái bánh căn quê nghèo của tôi nó bình thường như vậy đó, nhưng sao nghe như hương hoa của cả đất trời đọng lại trên lưỡi, chỉ cần nếm qua qua một lần thôi là sẽ nhớ hoài nhớ hủy.

Trong Nam lại khác, cái bánh khọt có lẽ được khởi đi từ miền Tây. Khi xay bột từ gạo xong, người ta pha thêm bột nghệ, thả nhúm hành lá cắt nhỏ vào, cho nên thau bột nhìn rất bắt mắt với màu mỡ gà vàng nhạt, lấm tấm xanh của cọng hành.

Đợi khuôn bánh thật nóng, bà đúc bánh gắp cục mỡ heo thoa xèo xèo từng cái một, làm khói bốc lên thơm điếc cả mũi, xong mới thong thả múc vá bột đổ vào. Chờ thêm chút nữa cho bột hơi đặc đặc, lúc đó bà mới rải chút đậu xanh đãi vỏ đã được hấp sẵn lên, cho một ít tôm hay thịt vào, rưới thêm tí nước cốt dừa rồi đậy nắp lại. Đó là bánh khọt nguyên thủy của miền Tây, bạn tôi nói như vậy. Và khi ăn, bạn thường cuốn với rau xà lách hay cải xanh, chấm ngập vào chén nước chấm pha hơi ngòn ngọt chua chua có thêm cà rốt, củ cải trắng bào nhỏ, rồi đưa lên miệng căn một miếng thiệt lớn rồi ngồm ngoàm nhai. Chỉ nhìn bạn ăn thôi là đủ thấy thèm rồi. Tính cách dung dị, hào sảng thể hiện rất rõ trong cách ăn uống của người miền Tây gạo trắng nước trong cá tôm đầy đồng.

Sau này cái bánh khọt phiêu bạt lên tới tận Sài Gòn, cho nên nó đã được cải cách đi đôi chút. Cái bánh có vẻ to hơn, một vài con tôm đỏ au to đùng luôn nằm gọn lỏn trong đó, và gần như bánh được chiên trong dầu mỡ nên nó giòn hơn bánh căn ở quê tôi.

Viết về ẩm thực là viết về văn hóa, là đề cập đến sự khác nhau giữa hai món ăn tùy vào vùng, miền. Có khi món này rất bình thường ở quê bạn nhưng lại là món ngon với tôi. Cũng vậy, chẳng nhớ nổi từ bao giờ tôi đã biết mê mùi vị ngon lành của cái bánh khọt ở quê bạn, cũng như tôi đã từng ghiền cái bánh căn ở quê tôi.

* Dứ lợ: Với lại- Phương ngữ Ninh Hòa.

BÁNH MÌ XÍU MẠI, BÁNH MÌ BÀ TRUNG

Ngóc cổ nhìn cái đồng hồ đang treo trên tường: 11g35 tối, tự dưng tui thấy đói bụng, và tự dưng thèm ổ bánh mì thịt vào lúc này. Thèm ghê gớm!

Ngày nào còn ở Cali thì cái việc thèm ăn khuya rất dễ dàng để giải quyết. Chỉ cần chạy ra Lee's Sandwiches gần nhà là tui sẽ có một ổ bự chà bá, giòn rụm, đem về mặc sức mà gặm cho trầy nướu răng, cho tróc vòm họng luôn. Rồi xuýt xoa hít hà vì cay, rồi ợ một cái thiệt to sau khi tu một hơi hết lon Coke. Vo tròn tờ giấy gói bánh, tui lượn một vòng tuyệt đẹp là trái banh tự chế nằm gọn lỏn vào giỏ rác gần đó. Đôi khi bị tổ trác thì kệ bà nó, mai lượm luôn, no nê nên làm biếng rồi.

Giờ nằm vểnh râu nhớ lại thời vàng son đã qua. Sống ở cái xứ gì mà có ổ bánh mì thịt thôi mà cũng phải nhịn thèm.

Cơn thèm ăn làm tui nhớ lung tung, nhớ từ ổ bánh mì xíu mại của bà Trung trên Dục Mỹ nhớ đến ổ bánh mì thịt nguội ở Ninh Hoà. Nhớ miếng da heo mềm mềm, miếng thịt mỡ béo ngậy, nhớ đến nước thịt đỏ lòm chan vào ổ bánh, chảy thấm qua cả tờ giấy gói, nhớ lúc cắn một miếng để nghe mùi vị mằn mặn ngòn ngọt giòn giòn cay cay chua

chua... Khi ổ bánh chỉ còn lại chót đuôi chút xíu thì thấy tiêng tiếc, thầm hỏi tại sao ăn chi mà lẹ quá. Thảy luôn miếng cuối cùng vào miệng, tuy nó lạt nhách nhưng sao tui vẫn cảm thấy nó ngon lạ lùng.

Tui thấy tui đang nuốt nước miếng, hình như nghe được mùi thơm của ổ bánh mì thịt đâu đây. Bụng tui sôi óc ách. Thôi, để tui đi làm một ly nước lạnh rồi nằm vuốt bụng ngủ. Nếu không chắc tui sẽ chết vì thèm.

***

Tui có đứa em cùng cha khác... ông nội, nhỏ là em ruột của bạn tui. Nhỏ thích nấu ăn còn hơn thích bất cứ thứ gì trên cõi đời này. Có lần nhỏ nói nhiều khi mê mải với nồi niêu xoong chảo đến độ quên luôn cả tắm. Nhỏ nấu nướng có ngon hông thì tui chưa biết, vì chưa có dịp ăn thử. Nhưng mỗi khi bí lù hay muốn đổi món, tui thỉnh thoảng vô blog BẾP NHÀ TUI, mà có lần tui gọi đùa là BẸP NHÀ TUI, của nhỏ để thỉnh ý.

Như hôm nay.

Mấy tuần trước đó, tui đã xun xoe với bà xã là vào ngày Lễ Mẹ, bả "được phép" nghỉ xả hơi, việc bếp núc để đó tui lo, tui sẽ làm bánh mì xíu mại, món mà tui đã hăm he hỏng biết bao nhiêu lần rồi.

Muốn ăn phải lăn vào bếp. Cú lăn lộn đầu tiên của tui là tham khảo đến hai công thức khác nhau, cuối cùng chọn cách làm của nhỏ em. Sau đó là đi chợ, và việc tìm cho ra củ sắn là mệt nhứt, đến ba cái chợ mới moi ra được nó.

Về nhà săn tay áo lên, vật lộn với ông Táo, cũng tháo

mồ hôi cục gần mấy tiếng đồng hồ mới xong. Xin mở ngoặc một cái, công việc bếp núc là một việc làm vất vả nhứt, vậy mà những người nội trợ phải đứng bếp từ ngày này qua tháng nọ mà chẳng một tiếng than van, thật khâm phục và biết ơn họ vô cùng.

Thay vì dùng cà chua tươi làm nước sốt, tui chơi cà chua hộp cho tiện. Tui khui ba lon chế vô, quậy lên mà lòng dạ thấy băn khoăn: bỏ mẹ rồi, sao nó đặc sệt vậy ta!

Vích một viên ăn thử: khá ngon, mềm mại, không khô, có mùi vị đặt trưng của xíu mại, hỏng phải mùi... xá xíu là mừng rồi, còn việc đặc hay lỏng, một là chắc tại cà chua, hai là tại cà chớn.

Nhắn tin báo cáo "vụ việc" với nhỏ em, nhỏ hỏi, "cha làm sao mà nước sốt đặc quẹo dị?", "thì theo công thức BẾP NHÀ TUI biểu xài ba lon". "Thôi đi cha ơi, mắt mũi cha con này lo chửi lộn con kia thì có, tui viết rãng rò là 1/3 cúp, cha đọc sao thành ba lon, bởi vậy nó hông đặc cứng cũng uổng. Hừ, nhiêu đó cũng hỏng xong, nghe bắt bực!"

Tui ngẩn tò te, quả là mấy con số khó ưa khó nhớ đã làm hại tui. May mà tui chưa làm thầy thuốc để ra toa cho bịnh nhân. Thôi, "ai nên khôn không đôi lần dại, ai nên danh mà chẳng hại ... dăm thằng" phải hông? Để bữa sau tui làm lại, chuyện nhỏ. Lát nữa đây bà xã nuốt không vô món bánh mì xíu mại do chính tay tui làm mới là chuyện lớn, tui sẽ xí lắc léo với bả liền.

***

Lý do lăng xăng học làm xíu mại cũng vì từ hồi còn nhỏ téo tui đã được ăn rồi, và hương vị của nó cho đến bây giờ mỗi khi nhớ đến, tui mơ hồ như nghe được mùi thơm quyến rũ đó.

Trước 75, ở Dục Mỹ, đối diện nhà thờ Tiến Đức, có xe bán bánh mì của bà Trung (sau này tui mới biết 'Trung' là tên của chồng bà). Bánh bà bán có nhiều loại nhưn thịt khác nhau, và loại nào cũng ngon, nhưng xíu mại là loại tui thích nhứt, đến độ hình như tui chỉ còn ăn đúng nó thôi, cho nên khi thấy mặt tui là bà khỏi cần hỏi cũng biết tui muốn mua gì rồi.

Nhìn theo tay bà thoăn thoắt xẻ ổ bánh mì giòn nghe rồn rột, móc bớt ruột ra, phết chút bơ vào, lấy muỗng vớt vài viên thịt trong cái tô sóng sánh nước sốt cà chua màu vàng cam bỏ vô bụng bánh, cho thêm miếng dưa leo xắt mỏng, vài cọng hành ngò, rồi bà dùng đũa ém xuống cho gọn gàng. Cuối cùng bà rưới thêm vài muỗng nước thịt thơm lừng, lấy giấy gói lại, bên ngoài quấn sợi giây thun rồi đưa cho khách. Tui thấy rõ ràng tui đang nuốc nước miếng, tưởng tượng lúc cầm ổ bánh mì có vài cọng hành ngò lấp ló bên ngoài ổ bánh đó lên, hả họng thiệt lớn cắn cái rốppp...

Chu cha ơi, sao mà nó đã ơi là đã.

Ngoài việc bà lúc nào cũng chỉn chu với quần đen áo bà ba trắng, tóc búi gọn gàng, xe bánh mì của bà lúc nào cũng sạch sẽ, hành ngò thịt thà dao thớt đều rất ngăn nắp. Ngay cả giấy gói bánh cũng bằng giấy trắng được rọc thẳng thớm từng miếng, không phải bằng báo cũ như những nơi khác. Để tránh vụn bánh vương vãi lung tung, bà thường tém hết vào thùng rác trước khi bán tiếp. Bà "trang điểm" ổ bánh cứ như đang vẽ một bức tranh, chắc đó là lý do bà lúc nào cũng đông khách.

Tui có một kỷ niệm với bà, đúng ra bà đã ân cần dạy tui một bài học.

Xế chiều hôm đó, cầm tờ tiền rách mất gần một phần tư, tui gấp nhỏ lại, tò tò ra mua bánh. Bà cầm lấy, không nói một tiếng nào, vẫn thản nhiên rọc bánh bán. Tui mừng thầm, nghĩ chắc lỡm được bà rồi.

Nhưng không!

Bà vừa đưa ổ bánh vừa cuối xuống nhìn thẳng vào mặt tui, nhỏ nhẹ nói, "đáng lý ra cô méc tía con quánh cho một trận, vì cái tội còn nhỏ mà đi phỉnh người khác. Cái này cô cho con, nhớ đừng có như vậy nữa nghen!"

Về kể lại cho tía tui nghe, ông già tía xách tai, dẫn tui ra xin lỗi bà, đồng thời cảm ơn người đã dạy tui một bài học nhớ đời.

***

Đổi đời, đời thay đổi, tháng Hai năm 1975, Việt Cộng từ Buôn Mê Thuột tràn về thành phố, làm tan nát luôn biết bao gia đình, trong đó có gia đình cùng với chiếc xe bánh mì của bà. Chồng bà bị tụi nằm vùng thù vặt, vì ông làm công chức cho chính quyền cũ, chúng nó khép ông vào tội Ngụy Quyền, bắt ông cùng vài người khác đem vô rừng thủ tiêu. Mấy tuần sau bà mới kiếm được chồng, xác ông còn treo lủng lẳng trên cây. Một buổi chiều núi rừng Dục Mỹ âm u uất nghẹn, y như tiếng khóc không bật ra được của những người mất chồng mất con trong cuộc biến thiên đầy tức tưởi.

***

Muốn viết một bài vui vui, nhưng cuối cùng lại buồn hiu hắt. Chả biết tại sao, cũng chả hiểu vì đâu! Chắc là vì từ mớ xíu mại làm hư hôm nay khiến tui liên tưởng đến bà bán bánh mì ngon tuyệt trần của ngày xưa. Cũng hơn bốn mươi lăm năm qua rồi, mà sao tui vẫn nhớ đến bà, hổng biết bà bây giờ ra sao, có nhớ đến thằng nhóc hay dặn, "cô ơi, cô nướng bánh cho con hơi cháy cháy chút nghen!"

BOLSA ĐI DỄ KHÓ VỀ

(Viết chung với Ngọc Lan)

Do công việc của nghề, tôi có dịp đi đây đi đó, lùng sục vào các ngóc ngách có người Việt sinh sống. Đến đâu tôi cũng nhìn ra được những điều thú vị mà nơi mình đang ở không có, trong cách này hay cách khác.

Nhưng lạ một chỗ, là người Việt ở bất kỳ đâu, ngoài California, cũng đều có một câu gần như giống nhau, mang chút gì đó như "hờn mát", đó là: ở đây không bằng với Cali, với Bolsa, Little Saigon đâu!

Ra là, Bolsa, nơi tôi sống từ hơn 10 năm qua, trong mắt tất cả người Việt xa xứ, được xem như chốn "phồn hoa đô hội", là niềm mơ ước được một lần đặt chân đến, hay tìm về thăm viếng nơi mà vì cuộc mưu sinh họ đã đứt đoạn ra đi.

Bolsa quả là lạ lắm!

Bolsa là nơi tôi dừng bước đầu tiên khi đặt chân đến Mỹ. Lý do? Vì gia đình người thân tôi ở ngay Bolsa, ngay trung tâm Little Saigon.

Bolsa, là hình ảnh nước Mỹ đầu tiên trong tôi. Tôi nhớ tôi đã thốt lên ngay buổi sáng thức dậy đứng nơi ngân hàng

Bank of America trên đường Bolsa, nhìn khu shopping chung quanh chợ ABC với tất cả bảng hiệu đều đậm chất quê hương, "Ủa, Mỹ sao kỳ vậy? Mỹ gì y như... Việt Nam vậy?" Ba tôi bật cười, "Ờ, đây là trung tâm của người Việt tại Mỹ."

Sau những hụt hẫng đầu tiên vì Mỹ ở Bolsa không giống Mỹ mình từng xem trong phim ảnh, tôi lần hồi quen dần và tự hào dần khi mình có cơ may sống ngay tại Bolsa, làm dân Bolsa, niềm mơ ước của biết bao người Việt xa xứ.

Nhưng thật tình, cái gì quen quá, dễ dàng có quá thì đôi khi lại trở nên... nhàm chán. Bolsa với tôi cũng vậy.

Nghề của tôi cũng tạo cơ hội cho tôi được đi đây đi đó, được quen biết với nhiều người. Và hầu như ai đã từng đến với Bolsa đều cùng có suy nghĩ : Bolsa đông vui quá.

Bạn tôi, một người đang sinh sống ở tiểu bang rất xa, có lần tâm sự rằng ngày xưa bạn đã từng ở nơi đây trong một thời gian khá dài. Dạo đó Bolsa chỉ là nơi bạn đến mỗi cuối tuần để mua sắm sách báo, băng nhạc, đi chợ mua thực phẩm rồi đi ăn uống xong là về. Bạn nói cực chẳng đã mới xuống Tiểu Sài Gòn vì xe cộ đông đúc, người qua lại ồn ào. Cứ mỗi lần như vậy bạn tôi hay thắc mắc "không hiểu người ở đâu về mà lúc nào cũng nghìn nghịt" .

Câu hỏi đó đã có câu trả lời sau khi chính bạn tôi làm người… di dân sang tiểu bang khác sinh sống.

Ngày bạn về thăm lại chốn xưa, đi lại những con đường quen thuộc, vào hàng quán chợ búa, bạn mới thấy đây chính là quê hương mà bạn đã…ruồng bỏ. Chung quanh í a í ới tiếng Mẹ đẻ, cảnh giành nhau chỗ paking, người đi chợ lựa rau quả sờ nắn cho đã đời rồi chọn… món khác, "vô tư" chen vào đứng trước người đang xếp hàng, hoặc mình đưa tay giữ cửa cho người ra vô mà không hề nhận được tiếng cám ơn. Tất cả những điều đó nếu là ngày ấy sẽ làm bạn bực mình rồi càu nhàu cáu gắt. Nhưng nay bạn nói sao mà dễ thương lắm, quen thuộc lắm, gần gũi dễ mến như khi đi xa về gặp lại người xưa cảnh cũ.

Nơi bạn tôi ở rất ít người Việt. Bạn nói đôi khi vợ sai đi chợ để nấu nồi bún bò cũng phải đi vài nơi mới mua cho đủ những thứ cần thiết. Muốn đi ăn ở nơi tạm gọi là ngon cũng phải mất hàng tiếng đồng hồ. Và khi vô nhà hàng thì ngồi nói hết cả chuyện, uống không biết mấy lần nước lạnh thức ăn mới được đem ra. Tôi phì cười khi nghe bạn càm ràm" hổng biết 'nó' chờ mình vô rồi mới đi chợ hay đang bắt bò làm thịt hay sao mà lâu dữ vậy trời!"

Xa Bolsa bạn tôi nói thấy nhớ. Cái nhớ lay lắt, cái nhớ bồn chồn như vừa mới… xa vợ. Bạn nhớ nửa đêm đói bụng, thèm ổ bánh mì cứ phải vuốt bụng rồi chắt lưỡi than thầm "phải chi giờ ở Ca-li, chạy ngay ra Lee's Sandwitches là sẽ có ổ bánh mì thịt thơm phưng phức".

Đêm về đường khuya tối đen vắng vẻ, cũng làm bạn nhớ lại những lúc chạy xe trên những con đường sáng choang ánh đèn, ngược xuôi xe tiếp nối xe. Tôi nhận ra được sự quạnh hiu, đơn độc qua giọng bạn nói, làm tôi cũng xót xa theo.

Bolsa là vậy đó, ở gần thì thấy rất tầm thường, nhưng có đi xa rồi mới thấy không nơi đâu bằng ở Bolsa. Bolsa là một Việt Nam, là một quê hương thu nhỏ, là… Bôn Sa như cách gọi dễ dãi của nhiều người. Cứ xa Bôn Sa là nhớ, là thương.

Vậy bạn nào còn ở tại Bolsa, nhớ đừng ruồng rẫy, đừng bỏ Bolsa mà đi nhé, vì Bolsa "đi dễ khó về" lắm, bạn ạ!

CÁI BÁNH THỦNG
CỦA NHỮNG NGÀY GIÁP CHẠP

(Tặng Q., người bạn khéo tay hay làm)

Không biết ở nơi khác thì sao, chớ ở quê tôi gọi nó là bánh thủng, loại bánh mà ngày xưa trong những ngày giáp Chạp má tôi thường hay làm, trước là để cúng đưa ông Táo về Trời, sau có thêm chút bánh mứt ăn Tết.

Bẵng đi gần bốn chục năm, kể từ ngày tôi không còn được đón Xuân về trên đất quê, thì hình như cái bánh đó đã lui dần vào dĩ vãng, mỗi ngày mỗi nhạt nhòa đi. Tôi thấy ít ai cặm cụi ngồi đổ từng cái bánh nữa, mà ngay đến cái tên cũng lạ tai với rất nhiều người.

Nào ngờ đâu, mới hôm qua hôm kia thôi, con của bạn tôi gửi tin nhắn, nói mẹ cháu đang làm bánh, đố cậu biết đó là bánh gì! Nhìn tấm hình với những cái bánh bày trên đĩa, vàng ươm như những bông hoa vạn thọ, cái thì chúm chím, cái thì toe toét, làm tất cả kỷ niệm xưa ùa về, để rồi tôi lại thấy tôi qua hình ảnh thằng nhóc đang ngồi bên má nó, cạnh lò than hồng chờ bánh chín, trong cơn gió bấc se sắt thổi về, vào những dịp cuối năm xa lơ xa lắc.

Cái bánh thửng đơn giản lắm, nó không cầu kỳ, không đòi hỏi cần phải có bơ, có nho khô rắc lên mặt như những cái bánh bông lan to đùng trong những tiệm bánh sang trọng. Nhưng để làm ra được mớ bánh ngon cũng nhọc công lắm. Mỗi lần làm bánh là má ơi ới cái thằng tôi đang lông bông lêu bêu ở đâu đó về, giao cho cái việc đánh trứng. Tôi oải chè đậu mấy vụ này lắm, nhưng nghĩ đến lúc được lủm cái bánh đầu tiên là vui liền, bao nhiêu háo hức của trò bắn bi đá dế với lũ bạn tạm thời gác qua một bên.

Bà đập đâu chừng mươi cái hột gà vào cái chậu sành da lươn, rồi đưa cho tôi cây gỗ có gắn cái lò xo trông y chang như lọn nhang vòng, biểu tui quánh cho đều tay, không được ngừng ngang xương. Tôi cứ vậy mà quại xoạch xoạch, mỏi thì chuyển tay, đầu óc tha hồ lang thang, mơ màng chuyện này chuyện nọ, thỉnh thoảng giựt mình vì nghe bà la, "cái thằng này, làm gì mà chụp chụp như nơm cá dị, lát nữa bánh mà hổng nở thì khỏi ăn nghen con!".

Đâu chừng mười lăm hai chục phút sau, mớ trứng lúc nãy hãy còn lõng bõng, giờ như được phù phép biến thành mớ hỗn hợp màu mỡ gà đặc quánh, phồng lên gần đầy thành chậu. Má tôi thêm đường cát vào, tôi gồng mình "nơm" thêm một chặp nữa cho đường tan hẳn. Lúc này mới bà từ từ cho bột vào, quậy đều. Việc còn lại của tôi là quẹt tay áo lau mồ hôi, ngồi coi má đổ bánh.

Bà bắt cái khuôn bằng đồng đã được lau sạch bằng dầu ăn lên lò than đã đỏ sẵn. Chờ cho khuôn nóng, thoa thêm ít dầu, bà múc từng vá bột cho vào những cái ô nho nhỏ, rồi khệ nệ vích cái nắp khuôn nặng trịch đựng đầy than hồng đậy lên, trầm tư chờ bánh chín.

Lúi cúi trên chiếc đồ ngồi, bà với tay lấy cái quạt mo quạt nhè nhẹ vào lò, lắng nghe mùi thơm ngọt ngào tỏa nhẹ. Bà thăm bánh bằng chiếc ghim tre, xiên nhẹ vào, khi rút ra mà ghim khô ráo là biết bánh đã chín tới. Mỗi mẻ bánh có mười hai cái, lửa đầu thường không ngon vì lửa chưa đều, má tôi hay nói như vậy. Riêng tôi thì ngược lại, nó ngon nhứt trần đời. Ngồi chầu chực nuốt nước miếng cả buổi, giờ được cháp gần ba bốn cái bánh hột gà liền một lúc, có phải ăn ... đá đâu mà hổng ngon.

Có năm má tôi làm bánh thửng bằng hột vịt. Sau này tôi mới hiểu ra vì không đủ tiền nên bà phải dùng nó thay thế. Bánh làm ra màu không được đẹp, và để khử bớt mùi tanh của trứng, bà thêm chút va-ni vào. Năm nào bánh nở đều, nhìn sàng bánh vàng xuộm mới ra lò nổi bật trên nền xanh um của lớp lá chuối lót, bà vui lắm, nói chắc năm này nhà mình sẽ gặp hên. Còn khi thấy bánh bị chai, bị lì mặt, bà cứ buồn buồn, lo nghĩ vu vơ. Không nói ra, nhưng tôi biết tình cảm bà đặt vào từng chiếc bánh sâu đậm lắm, như tình yêu chồng thương con, cả đời bà đều dành hết cho gia đình.

***

Gọi hỏi thăm, bạn tíu tít khoe với tôi là Tết năm này ngoài làm dưa kiệu, gói bánh tét ra, bạn có đổ bánh thửng nữa, loại bánh mà từ lâu lắm bạn đã không còn làm. Bạn hỏi tôi còn nhớ đến cái bánh thửng hông, tôi cười cười mà bụng dạ cứ nao nao, "Q. làm mình nhớ quê, nhớ ngày xưa quá!".

Bạn kể cho tôi nghe bánh được làm từ bột khoai hạ, tự tay bạn làm lấy, cho nên chiếc bánh mịn màng hơn, ngon hơn. Bạn nói giờ bánh thửng ít còn ai chuộng, vì có bán đầy ở chợ, muốn mua lúc nào cũng có, không cần phải chờ đến dịp xuân về. Nhưng vì muốn giữ lấy nếp xưa, muốn nhắc cho con mình biết về những sinh hoạt của người dân quê chuẩn bị đón Tết về ở cái thời xa ngái giờ đã mai một ít nhiều nên bạn mới quạt lò, lụi cụi đổ từng cái bánh.

- Mai mốt K. có dìa quê ăn Tết, Q. sẽ đãi món bánh này, để coi ăn bằng mắt với ăn bằng miệng, cái nào ngon hơn nghen - Bạn khúc khích.

Tôi nghĩ chắc là sẽ ngon lắm. Ngon là vì niềm vui và nỗi nhớ dạt dào, ngon là vì được hòa mình vào nét quê xưa. Bao lâu nay tôi sống ở quê người đất khách, thiếu vắng không khí nhộn nhịp của cái Tết năm nao, thèm được nghe tiếng pháo đì đùng trong đêm trừ tịch, thèm được thấy những nia kiệu no nắng trắng ngần, thèm được ngắm nhìn những chú én bay vùn vụt thật thấp trên những thửa ruộng mạ xanh non đang dập dềnh trong gió sớm, hay thèm được thấy dáng tía tôi trang nghiêm đứng thắp nhang trước bàn thờ gia tiên, những bộ lư đồng sáng choang bên cạnh di ảnh của những người đã khuất.

Tôi đang lắng nghe mùa Xuân về trong tâm tưởng, chợt nghe ra mùi bánh thửng thơm phức đâu đây, thơm như những cái Tết xưa cũ còn đầy, bên hiên nhà có má thường ngồi đổ bánh. Xuân nơi này đất trời thường rất lạnh, nên tôi sưởi lòng bằng chút kỷ niệm xưa. Ôi mùa Xuân, thương nhớ mấy cho vừa...

CÂY TRE, MIỀN KÝ ỨC XA XĂM

Hồi những năm cấp hai, tôi đã được học tùy bút Cây Tre Việt Nam của Thép Mới, và sau này tình cờ được đọc thêm bài thơ Tre Việt Nam của Nguyễn Duy, tôi ước ao một ngày nào đó cũng sẽ viết về loài cây này, về những ký ức riêng tư của mình, ai ngờ "một ngày nào đó" lại kéo dài mãi đến hôm nay, đẵng đẵng gần bốn mươi năm.

Làng xóm quê tôi tuy không được ôm ấp, không được chở che bằng những lũy tre xanh như ở miền Bắc, nhưng rãi rác đây đó cũng có những hàng tre lả ngọn rì rào trong gió, và nó cũng cất giữ giùm tôi biết bao kỷ niệm êm đềm của tuổi thơ, chuyện vui với cả chuyện buồn, xoay quanh về cây tre, ngọn trúc.

Có thể bắt đầu từ chuyện của anh tôi.

Anh rất say mê nhạc cụ, nên hiện giờ nhà anh lủ khủ nào là đờn guitar, đờn bầu, đờn cò, cái treo trên vách, cái dựng vào tường. Nói rằng anh tôi không biết một nốt nhạc nào thì là nói quá, nhưng có lẽ cũng khảy được vài nốt Mì, Pha, Son.

Ngày xưa khi còn ở Dục Mỹ, anh có mua một cây sáo trúc. Đem về nhà khuỳnh tay ngoẻo đầu thổi phù phù mà sáo vẫn không kêu. Bực mình, anh sai tôi đi đổi lấy cây khác.

Chủ tiệm là người Bắc di cư, nghe tôi ca bài ca con cá mệt óc quá nên đành phải nhận lại. Chưa kịp thổi thử để xem sáo bị cái giống gì, ông nhăn mặt rẩy rẩy nó xuống nền nhà, vì lòng sáo toàn là nước miếng. Ông đằng hắng nói :

- Này nhá, trên đời này chả có ai đi bán sáo mà thổi không kêu nhá! Về bảo anh mày sáo khác với ống thổi lửa, đừng có phun nước bọt vào nó nhá! Đây là cây sáo mới, tao thổi thử nó đã kêu đấy nhá, cầm về đưa cho anh mày, tao chỉ đổi cho mỗi lần này thôi đấy nhá!

Ông ta cứ "nhá nhá nhá" một hơi làm tôi hoảng hồn vọt ra khỏi tiệm không kịp chào.

Về lặp lại y lời, vô tình tôi cũng 'nhá' với ông anh: "Lần sau thì anh đi đổi, đừng sai em nữa đấy nhá!". Ổng quê, ổng nhột hay sao mà hầm hè đòi bợp tai tôi. Giờ thỉnh thoảng ghé nhà anh chơi, thấy cây sáo trúc vàng óng có trang điểm bằng sợi dây tua rua đỏ chót bám đầy bụi, nhắc lại chuyện cũ, anh tôi cười he he, nói cái thằng này nhớ dai như đỉa.

Nhắc đến nhạc, tôi mới để ý rằng hầu hết những bài ca của Việt Nam mình đều mang âm điệu buồn hiu hắt, như bài Lòng Mẹ chẳng hạn. Lần đầu được nghe, lúc đó tuổi tôi hãy còn nhỏ lắm, cái tuổi chưa hiểu được sự mất mát hay chia ly là gì. Nhưng nó vẫn làm tôi sụt sùi thương cảm, qua vở kịch gì thường chiếu trên truyền hình mà tôi không còn nhớ nổi tên, có Kim Cương đóng vai con, và bà Năm Sa-Đéc thủ vai mẹ.

Con gái lấy chồng xa, nghe tin mẹ già hấp hối, tất tả chạy về, vừa kịp đến nhà thì mẹ đã không còn nữa. Con đứng chết lặng, tay vịn vành nón, cái giỏ lát rớt phịch xuống đất, nghẹn ngào kêu như xé lòng:

- Má... á... á...!

Lời hát "Lòng mẹ bao la như biển Thái Bình dạt dào" ray rứt trỗi lên, làm thằng nhỏ là tôi cũng mếu máo khóc theo.

Phân cảnh đó làm tôi buồn da diết, và nỗi buồn đó ngấm mãi vào những tháng năm sau. Để rồi vào một đêm thâu sao mờ trăng tỏ, tôi trèo lên bờ tường nhà tôi, ngồi một mình để lắng nghe tiếng sáo nỉ non từ xóm dưới văng vẳng vọng về. Cũng lại là Lòng Mẹ. Cũng với tiếng sáo tỉ tê. Ôi chao sao mà buồn, buồn như rứt ruột rứt gan...

Những đứa trẻ ở quê ai mà không trải qua những thời tự làm lấy đồ chơi từ tre trúc, phải không bạn! Chắc bạn vẫn còn nhớ cái ống thụt chớ? Tụi tôi thường chặt một đoạn trúc ngắn, làm thêm cái cán, cắm que tre sao cho vừa khít với lòng ống, lấy giấy báo ngâm cho mềm, vo viên lại, nhét vào, rồi cứ vậy mà cả đám tưng bừng hò hét, tha hồ thụt phụp phụp vào nhau, chả thèm bận tâm rủi ro "đạn" bay vô mắt thì có nước đổ nợ, sẽ thành thầy bói mù, tương lai thật xán lạn.

Hết bày trò chia phe bắn lộn, lũ chúng tôi rủ nhau đi xin những cây trúc nào có dáng đẹp nhất, đầu ngọn dịu nhất, đem về hơ lửa uốn làm cần câu. Qua mùa câu thì đến mùa làm ống trúm bắt lươn, cũng từ những bụi tre, bụi nứa đó. Trong các loài thủy sản nước ngọt, tôi chỉ ăn được mỗi con cá rô, vậy mà cũng tài lanh đi đào trùn về làm mồi trúm lươn, như các tay tổ thứ thiệt.

Lựa những con trùn đất đen sì đầy nhớt nhao gớm ghiếc, tôi đốt đống rơm thảy tụi nó vô đó. Chờ cho rơm cháy tàn, tỏa mùi khét lẹt, tôi bịt mũi khều ra, gắp cho vào ống trúm, gài hom lại thiệt chặt, cho lũ lươn ham ăn chui vào rồi sẽ hết đường bò ra. Đợi khi chiều tắt nắng, tôi lội xuống mương, thả ống trúm xuống đó, chờ sáng hôm sau giở lên, trút ra, hai ba con mình mẩy nhớt nhợt bò ngoằn ngoèo dưới đất. Tôi hãi quá, vội quăng luôn trúm và quăng luôn cả lươn.

Tuổi thơ của tôi sẽ thiếu đi rất nhiều kỷ niệm, nếu không nhắc đến thằng cháu, con của người chị bạn dì với tôi.

Ai ở Bến Đò chắc cũng chưa quên cửa hàng Hợp Tác Xã, nơi thường bán nhu yếu phẩm theo tem phiếu trong cái thời bao cấp. Đó là nhà của ông già tía tôi bị trưng dụng. Trước 75, gia đình chị hay về sống nhờ ở đó. Nhà riêng của chị nằm trong vùng xôi đậu, đêm đêm thường mất an ninh vì Việt Cộng hay mò về làng.

Tôi biết được cách bắt dế, bẫy chim cũng nhờ đứa cháu lớn hơn tôi vài tuổi chỉ cho, mỗi khi "cậu Mười" từ Dục Mỹ về quê chơi.

Sau này nó về lại nhà nó, tụi tôi không còn gặp mặt như lúc trước, nhưng tình cậu cháu, mà không, phải nói tình bạn bè đồng trang đồng lứa mới đúng, vẫn như xưa. Có dịp vào nhà nó chơi, tôi vòi cái gì nó cũng cho, không hề thắc mắc. Chính nó vác rựa chặt một ôm gốc tre già, rồi cặm cụi vừa vót vừa hướng dẫn cho cậu nó làm cần câu cắm, dù tay chân bị gai tre cào rướm máu.

Năm tháng dần qua, đến tuổi nó đi bộ đội, rồi phục

viên trở về làng. Từ Mỹ, tôi nghe tin nó có vợ, có con. Rồi được tin nó mất.

Ngày về chịu tang má tôi, tôi đến bên mộ nó, nhìn tấm hình nó trẻ măng, cười cười nhìn tôi. Thắp cho nó nén nhang, tôi nói nhỏ:

- Mày đó hả Tèo! Tao về thăm mày, mà mày lại nằm đây, mày chơi kỳ quá, rồi ai vót cần câu cho tao nữa...

Qua làn khói trắng vẫn vơ bay, tôi nghe môi mình mặn đắng...

***

Tôi viết bài này thật ra cũng từ cảm xúc khi tình cờ xem bạn tôi làm Cooking Show, những miếng chạo tôm vàng rộm nằm trên chiếc mẹt tre sao mà dễ thương quá sức. Nó mộc mạc và đơn sơ lắm, nhưng đó chính là hồn quê, là hương đồng gió nội mà lâu lắm rồi tôi chưa gặp lại. Nó làm tôi nhớ nhà, nhớ đến cái rổ cái rá của chú Sáu của tôi.

Chú là một trong những ông chú họ hàng xa có nghề đan thúng mủng rất đẹp, vì chú được chính ba chú truyền nghề cho.

Chú có cây rựa nhỏ nhắn với chiếc cán bằng tre đằng ngà đã lên nước bóng loáng, lưỡi được rèn từ nhíp xe nên bén lạnh người. Chú hay đi mua tre về rồi chẻ ra từng thanh nhỏ. Chú tẩn mẩn chuốt từng nan một, độ dày mỏng khác nhau, tùy vào vật dụng nào mà chú định đan. Chú thường đan bằng cật tre, vì nó cứng cáp và có độ bền rất lâu.

Nhìn chú ngồi gò lưng, hai chân dậm lên mớ nan ngang nan dọc, đôi bàn tay thoăn thoắt luồn lên luồn xuống, nắn tới nắn lui, một hồi sau là thành hình, khi thì chiếc sàng, khi thì chiếc nia xinh xắn.

Nhưng nào đã xong, chú còn làm thêm vài công đoạn cuối cùng nữa, đó là nẹp vành, nếu không thì chẳng thể nào xài được. Chú uốn hai nan tre khác thành vòng tròn, nẹp trong nẹp ngoài rồi tỉ mỉ dùi từng lỗ nhỏ để chạy viền "chưn rít" bằng giây mây đã được ngâm nước sẵn. Lâu lâu chú ngừng tay, đấm đấm lưng, nheo mắt ngắm sản phẩm do mình làm ra qua làn khói của điếu thuốc rê mà chú đang bập bập.

Đồ vật mới làm xong, chú ít khi xài ngay lắm. Chú thường hun khói trên gác bếp, lâu ngày chày tháng tất cả chúng nó đều ám khói vàng sậm, chú bảo có như vậy mới chịu mưa chịu nắng lâu được.

Chú mất lâu rồi, tôi chẳng biết các con của chú có ai theo nghề không. Định bụng có dịp nào đó về quê hỏi thăm thử, nếu có tôi sẽ xin vài cặp. Bên Mỹ này xài chén dĩa bằng sứ, thét rồi lại tương tư những vật dụng của một thời khốn khó.

* * *

Làng tôi không có tiếng sáo diều vi vu trong những chiều no gió, cũng không có những nhịp cầu tre lắt lẻo làm gập ghềnh bước chân chị, chân mẹ từ chợ xa về. Nhưng mỗi khi tôi về lại quê, xa xa thoáng thấy những rặng tre xanh quanh xóm làng, tự dưng tôi đã nghe lòng mình bồn chồn gấp gáp, những bước chân dồn như muốn vồ vập lấy cố nhân.

Thu về không làm tre thay lá, hay Đông sang cây

chẳng xác xơ cành, dường như lúc nào mùa Xuân, mùa Hạ cũng xôn xao nơi đó, và muôn đời ngọn tre luôn oằn mình như mang nặng niềm thương nhớ, luôn vẫy ngọn chờ đón người về.

Tôi ngỡ như thấy được những cánh cò trắng im lìm đậu trên ngọn tre cao, trầm ngâm soi bóng xuống con mương nước trong lành, quanh co chảy men theo những thửa ruộng xanh rì lúa đương thì con gái. Hay được ngắm nhìn lại những đôi tay dẻo sàng khéo sảy, những con người hiền lành như tre như trảy quê tôi.

CHIẾC VÒNG CẨM THẠCH CỦA MÁ TÔI

Rất tiếc tôi không còn giữ được tấm hình nào của má tôi, lúc bà còn đeo chiếc vòng cẩm thạch xanh màu lý.

Lần đầu thấy bà có đeo chiếc vòng cẩm thạch trên tay là lúc tôi còn nhỏ tí teo. Với trí óc non nớt lúc đó, tôi nghĩ rằng người đeo vòng ngọc mà đẹp, mà sang nhất chắc chỉ có bà, vì cổ tay lúc bà còn trẻ cứ tròn lẳn và trắng hồng. Mỗi khi có dịp níu tay bà là tôi lại có được cảm giác mềm mại, mát mẻ của da thịt, như được áp má vào chiếc bánh xu xê.

Dạo đó thành phố Dục Mỹ mới thành lập, dân tứ xứ đổ về nhập cư đông lắm. Trong một lần bất đồng ý kiến về đất đai hay khách hàng chi đó mà người ta đã xô xát bà. Bà bị đẩy té xuống đất, vai áo bị rách và cùi chỏ bị trầy rướm máu. Tôi ôm chân má tôi, mếu máo hỏi tía lia là bà có đau nhiều không! Bà vừa phủi quần áo vừa nói nhỏ,"Đau có chút xíu thôi con! May quá, chiếc vòng chưa bị bể"

Má tôi nâng niu chiếc vòng kỹ lắm, thỉnh thoảng bà lấy miếng vải mềm thấm nước rồi lau thật nhẹ, nên lúc nào nó cũng lên nước bóng lưỡng, đẹp ơi là đẹp, đẹp đến nổi có lần tôi so đo là trong số các hòn bi ve mà tôi đang có, chả có viên nào đẹp hơn chiếc vòng của bà. Má tôi phì cười mắng:

- Thằng tía mày, hết đường lại đi phân bì thủy tinh với cẩm thạch!

Nhưng rồi đất nước đổi chủ, nhà cửa đất đai ruộng rẫy của nhà tôi đều bị mất sạch. Món nữ trang cuối cùng là chiếc vòng quý giá đó, bà cũng đành phải bán đi để mưu sinh trong những ngày cơ cực. Dù không nói ra, nhưng tôi biết bà buồn lắm, tiếc lắm. Không tiếc không buồn sao được khi chiếc vòng đó đã ở trên cổ tay của bà, đã cùng với bà đi qua bao nhiêu là năm tháng, với biết bao nhiêu là kỷ niệm vui buồn.

Chắc cũng cảm được nỗi niềm đó, đến khi qua Mỹ, chị hai tôi đã dành dụm rồi tìm mua cho má tôi một chiếc vòng giống như chiếc của ngày xưa. Tôi thấy rõ bà cố nén cơn xúc động, mân mê chiếc vòng, rồi bà đeo nó vào cổ tay trái, xoay xoay...

Từ đó chiếc vòng mới dường như lại reo vui trên tay của má tôi, tiệc tùng, đám cưới đám hỏi gì nó cũng theo bà, không rời xa một bước. Nó lại lên nước xanh bóng, y như kỷ vật xưa đã trở về với chủ cũ, cho dù cổ tay của bà không còn tròn đầy như thời còn trẻ trung nữa.

Ai có ngờ đâu chuyện không may lại đến với má tôi thêm lần nữa. Chiều đó bà chiên cá xong, cán chảo nóng quá nên bà mới lấy khăn vải lót tay nhắc nó xuống. Sơ ý nên khăn bén lửa, bà hốt hoảng thả chảo cá xuống đất, dầu nóng bắn tung lên và trúng vào tay, bà bị phỏng nặng.

Tôi lật đật chở má tôi chạy vội vào nhà thương. Bác sĩ đề nghị phải đập chiếc vòng ra, có như vậy vết thương mới dễ điều trị và mau lành. Dù tôi có khuyên có nói thế nào bà cũng nhất định không chịu nghe. Bà thoa đầy lotion vào cổ tay và bàn tay, rồi biểu tôi cầm chiếc vòng rút mạnh. Thương má bị đau nên tôi cứ vừa kéo từ từ vừa hít hà, làm bà phải gắt lên :

- Biểu kéo ra cho thiệt lẹ rồi mà, có nghe hông!

Rút được chiếc vòng ra, bà trào nước mắt, tôi cũng nước mắt nước mũi tòe loe.

Chờ cho bác sĩ băng bó vết thương xong, bà mới nói với tôi, giọng rất nhỏ, như bà thầm thì với bà:

- Má muốn giữ chiếc vòng này lại cho con Chi.

Chi là nhỏ em út của tôi. Tội nghiệp má của tôi, thương con mà bà đã cắn răng chịu đau chịu đớn.

...

Năm tháng dần qua, má tôi về lại quê hương rồi vĩnh viễn ở lại nơi đó.

Ngày về chịu tang, tôi cầm bàn tay lạnh ngắt của bà, mân mê vết thẹo trắng mờ trên cổ tay, tuyệt nhiên tôi không còn nhớ đến chiếc vòng quen thuộc đó nữa, vì trong lòng đang có một nỗi đau quặn thắt.

Vậy mà chiều nay chẳng hiểu vì lẽ gì tôi lại nhớ đến chiếc vòng xanh màu lý của bà. Nỗi nhớ làm cho tôi buồn, làm cho tôi ủ ê. Chắc cũng thấy tôi u sầu ủ dột nên trời đang giăng mưa trời chợt tạnh, để rồi dệt lên bầu trời ảm đạm nhiều mây đen mây xám xây thành một vạt nắng vàng hắt hiu.

Qua ánh nắng chiều thoi thóp đó, chiếc cầu vồng rực rỡ hiện lên ở cuối chân trời xa làm cho tôi liên tưởng tới chiếc vòng ngọc thạch của má tôi.

Hỏng biết chiếc vòng đó giờ trôi dạt phương nào. Người đi rồi của cũng đi theo....

CHÙM NGÂY VÀ TÔ CANH RAU TẬP TÀNG

Chẳng biết từ lúc nào, khi tôi đã lớn, đàng sau nhà cây chùm ngây đã có mặt ở đó rồi. Nó đứng khép nép bên hàng rào, sát nhà chú Năm tôi, và nó trở thành cây rau chung cho cả hai gia đình, ai muốn hái lá nấu canh thì cứ việc hái, không nhất thiết phải xin phép.

Cây chùm ngây, theo tôi, là loại cây rau tầm thường, dân dã nhất. Trong khi các loại rau củ khác như xà lách, su hào, măng tây có thể ví như các cô gái thị thành quần là áo lụa, thì cây chùm ngây là một cô thôn nữ quê mùa không phấn không son. Tuy vậy, nó lại có vẻ đẹp chân chất, thật thà, ngon ngọt và mát lành như nước giếng thơi của làng. Phải nói nó là loại rau "chân quê", là hoa đồng cỏ nội như nhà thơ Nguyễn Bính thường đề cập đến.

Kỷ niệm của tôi có được với cây chùm ngây là tô canh rau tập tàng mà chị Bốn nấu cho tôi ăn từ hồi tôi chừng đâu mười hai, mười ba tuổi.

Dạo đó hình như cuối Tháng Năm thì phải. Mùa Hè ở miền Trung rất khắc nghiệt, không những "cái nóng nung người nóng nóng ghê", mà còn kèm theo những trận gió Lào thổi về, cuốn theo bụi đường, rác rến, rồi hất thẳng vào nhà tất cả các thứ mà nó có thể mang theo được. Cái nóng hầm hập làm cho da dẻ khô khốc, môi miệng nứt nẻ đến rướm máu. Mỗi bữa ăn mà không có canh thì không cách gì nuốt cho trôi. Thành thử không cần cao lương mỹ vị, chỉ cần một tô canh rau giữa tiết trời oi nồng, chưa ăn cũng cảm thấy mát rượi cả người.

Thương em, chị tôi cắp rổ ra vườn. Nói tiếng "vườn" cho nó sang chứ thật ra là chị men theo bờ rào tìm xem còn có thứ gì sống sót được trong cơn nắng gió mùa hè tai ác. Chị mót từng chiếc lá quản bát, ngắt dăm đọt ớt, hái vài nắm lá rau dền cơm, lặt bằng hết những chiếc lá mồng tơi sẻ mọc hoang đâu đó, thuận tay chị nhổ thêm vài bụi rau má nữa. Hình như còn thấy thiêu thiếu, chị kêu tôi với bẻ giùm chị vài nhánh lá chùm ngây hầu đủ để nấu nồi canh rau tập tàng.

Giống cây này rất lạ, trong khi hầu hết các loài cây cối khác đang hổn hển thở với tiết trời oi ả, thì nó lại xanh non đến nhức mắt, như hứa hẹn sẽ đem đến cho người tô canh rau đạm bạc, nhưng giàu chất bổ dưỡng, làm mát cả ruột gan.

Tôi vừa giúp chị vừa thẩn thơ đùa nghịch với chú bọ ngựa xanh lè đang ngo ngoe thủ thế với hai thanh gươm ngắn cũn trước mặt, chiếc đầu tam giác bé tí ti lúc quay qua quay lại, khi hếch lên hếch xuống như muốn dọa nạt thằng nhóc sao dám ngang nhiên xâm chiếm lãnh địa. Tức cười quá, tôi nhón chú bằng hai ngón tay, quăng vèo xuống mương làm mồi cho lũ cá lao xao đớp động dưới dề lục bình tím ngát đang lừ đừ trôi…

Tất tả chị tôi đem rổ rau vô nhà, kéo gầu nước giếng lên rửa sạch. Chị vừa làm vừa thủ thỉ:

- Em biết không, rau này mình phải rửa từng nhánh lá, sau đó tuốt ra, vò nhẹ rồi mới nấu canh. Chứ mình tuốt ra trước thì mỗi chiếc lá nhỏ li ti sẽ rời ra hết, khó vớt lên lắm.

Tôi vừa chăm chú nhìn chị rửa rau, vừa thắc mắc tại sao lá chùm ngây không chịu thấm nước. Và tại sao nước chỉ tròn xoe từng giọt long lanh, đọng hững hờ rồi lăn đi đâu mất tăm mất tích!

Tôi chưa kịp "tại sao" tiếp, chị đã nạt ngang:

- Cái thằng này cái giống gì cũng hỏi tại sao. Hỏi hoài, mệt quá!

Nồi canh nhà nghèo nhìn thấy thương lắm lận. Chị bắt nồi nước lên bếp, trong khi chờ nước sôi, chị gắp khúc cá bò kho còn sót lại, bỏ vào chén rồi dằm cho lụn vụn ra, thêm vào đó chút nước mắm, chút tiêu rồi trút hết vào nồi. Đợi nước sôi trở lại, chị chị tỉ mỉ hớt bọt thiệt kỹ rồi mới thả tất cả các thứ rau đã xắt nhỏ vô nồi, đảo đều. Lấy cái vá, chị múc một chút nước canh, chu miệng thổi phù phù rồi nếm thử. Chị chép chép miệng, mỉm cười lộ vẻ hài lòng lắm.

Thường thường khi chị nấu xong bữa cơm tới thì trời cũng đã xế chiều, chị chạy ra trước ngõ ới tôi về ăn cơm. Buộc vội con diều đang bay tít tắp trên cao vào cành cây gòn, tôi ào về, đã thấy cơm canh được dọn tươm tất trên chiếc chiếu cũ trải ở góc sân.

Một nồi cơm nghi ngút khói, nào là tô canh rau tập tàng thơm ngát mùi rau tươi vừa nhấc ra khỏi bếp, nào là dĩa mực muối chị tôi đã cẩn thận kẹp bẹ dừa nướng vàng ươm, con nào con nấy bụng trung búng cơm thơm phưng phức. Nước miếng tứa ra, tôi sà xuống vừa chan, vừa lua, vừa nhai, vừa húp một thôi một hồi. Chị chống đũa nhìn tôi ăn, mỉm cười cho cái thằng mới nhổ giò, ăn chưa no lo chưa tới.

Buông đũa, tôi chạy ù ra gò mốc nhập bọn với lũ bạn. Tôi ngước mắt ngắm con diều tự tay mình làm lấy đang uốn lượn chiếc đuôi dài thòng trên nền trời xanh lơ. Thỉnh thoảng nó nhủi nhào xuống thiệt lẹ, để rồi nương theo gió từ từ bốc lên cao. Chả hiểu có phải nó đang dỗi hờn tôi đã tham ăn, bỏ lơ nó nãy giờ hay sao mà nó cứ ngúng nguẩy bay trong cái gió chiều vi vu thổi.

***

Trời Florida vào tháng này cũng oi bức như mùa hè ở quê nhà. Chỉ khác là không có những cơn gió Lào vật vã thổi về. Tôi ghé nhà chị tôi, thơ thẩn quanh vườn rau của chị. Chị trồng mỗi thứ một chút, dường như những thứ rau quê hương đều tề tựu nơi đây. Điều làm tôi thảng thốt đến nỗi không tin vào mắt mình: cây chùm ngây đứng ở góc vườn, từng chùm lá xanh biếc đang xôn xao vẫy gọi.

Tôi nhảy ba bước một tới gần, bứt vội nhúm lá, vò nhẹ rồi hít lấy hít để: hương xưa đây rồi, cố nhân đây rồi, Chị Bốn ơi!

Chị tôi nheo mắt cười cười:"Đúng rồi đó, cậu! Cây chùm ngây đó. Cậu còn nhớ nó hả?"

Tôi bẻ hẳn một nhành lá, đưa lên soi với nắng. Qua kẽ lá, tôi mơ hồ thấy cậu bé năm xưa trở về, và tiếng chị ới nó về ăn cơm với canh rau tập tàng vẫn còn văng vẳng quanh đây.

Nhìn chị lúi húi hái từng nhúm rau đủ loại bỏ vào bao, cũng không quên dặn tôi bẻ vài nhánh chùm ngây về để vợ tôi nấu canh ăn cho mát, một cái gì khiến tôi bùi ngùi đến hắt hiu. Một đứa em tuổi đời hơn năm mươi mà chị vẫn còn lo cho từng tô canh vào những ngày hè nóng nực.

Chị em tôi đều đã đi qua khỏi dốc đời, nhưng tô canh rau tập tàng có lá chùm ngây đầy tình nghĩa của ngày xưa vẫn còn xanh mãi, vẫn còn trẻ hoài, dù cho ánh mắt của người chị từng cười đứa em háu ăn ngày nào, nay đầy những vết năm tháng hằn nơi khóe mắt.

CHUYỆN RỬA CHÉN CỦA HẮN

Hắn vừa đứng rửa chén vừa càm ràm, than thân trách phận. Hắn giận hắn, giận ghê lắm, giận tím cả... chiều hoang luôn!

Đàn ông mà phải chui vào bếp làm bạn với ông táo, mười hai con giáp thật không giống con giáp nào. Đâu phải chỉ đánh vật với đám nồi niêu xoong chảo, với mớ thịt thà cá mắm để lo cho xong bữa tối trước khi má của mấy xấp nhỏ đi "mần móng" về là hết bổn phận đầu bếp bất đắc dĩ đâu!

No way Jose!

Khi cả nhà cơm nước xong, hắn còn phải phụ lau chùi bếp núc, rửa chén rửa bát, một trong những việc làm mà hắn ghét thậm tệ từ hồi hắn còn độc thân. Trăm sự cũng tại hắn mà ra, bây giờ có hối hận cũng muộn rồi, tàn một đời trai rồi.

Chuyện gì cũng có khởi nguồn của nó hết.

Số là hồi đó hắn làm quen được một nàng trông cũng thướt tha đài các lắm. Sau một thời gian rước đèn Tháng Tám, đang là bạn gái, xui rủi thế nào nàng biến thành người yêu của hắn hồi nào cũng không hay. Biết đời mình trước sau rồi cũng sẽ được nàng âu yếm thắt dây thòng lọng vào cổ hoặc bị xỏ mũi dắt đi, nên khi nàng ởn ẻn, "ba má em muốn mời anh về nhà dùng cơm cho hai người biết mặt", hắn liền gật đầu cái cộp thiệt mạnh, thiếu điều cụp luôn cần cổ.

Chẳng biết song thân nàng nhìn mặt mũi hắn ra sao mà mới gặp đã kêu hắn bằng con ngọt xớt, không cậu không chú gì ráo trọi. Có lẽ ông bà có mắt tinh đời, biết hắn có "nô bộc chi tướng" nên nhất quyết không để sẩy thằng rể quý hiếm.

Bữa cơm đầu tiên ở gia đình vợ tương lai của hắn rất "ấn tượng".

Hắn là dân gốc ruộng, phàm không ăn thì nhịn đói, chứ một khi đã cầm đũa là phải ăn cho rõ no, không bao giờ ăn chơi chơi lấy lệ như những người khác. Hắn ngán ngẩm vô cùng mỗi khi ai mời dùng cơm kiểu "sẵn gặp bữa ăn vài hột cho vui". Vui đâu thì chả biết, chớ cái kiểu vừa ăn vừa phải đếm cho đúng vài hột thì có nước toi mạng.

Hôm đó ba má nàng ăn uống cứ khoan thai, đủng đa đủng đỉnh đến sốt cả ruột, làm hắn chẳng dám ăn nhanh, bâng khuâng bưng chén cơm, miệng nhai hoài mà vẫn không hết một chén. Hắn cũng không dám gắp thêm thức ăn tuy mắt lom lom nhìn nồi cơm mà bụng sôi òng ọc. Sôi vì đói cũng có, sôi vì lên máu cũng có luôn, vì nàng của hắn không những không thông cảm mà còn tủm tỉm cười ruồi như thầm nói "cho bỏ cái tật ăn như ăn cướp đi".

Hắn khổ sở với bữa cơm thi ăn nhanh ngang với rùa bò. Sợ bị chê là đứa phàm phu tục tử ham ăn háu uống, nên hắn bấm bụng bò theo. Phải chi ở nhà hắn, cam đoan chỉ cần mươi phút là sáu chén cả cơm lẫn canh sẽ bay vèo vô bao tử.

Có nhặt khoan chèo chống thế nào rồi bữa cơm cũng phải xong. Thay vì lên nhà trên xỉa răng uống nước, hắn lên cơn anh hùng, vội xăn tay áo bưng hết chén đũa bỏ vô bồn mà trong lòng lo lo, vô phúc có cái chén cà chớn nào lăn đùng xuống đất vỡ toang rằng y như là mất vợ như chơi. Thấy nàng đang loay hoay trước một núi chén đũa, ma đưa lối quỷ đưa đường tự dưng hắn hào hùng buông một câu, "Em cho anh rửa chén chung cho vui, nha?" Không chờ năn nỉ thêm, nàng liền "ừa, tụi mình rửa chung cho vui."

Cái tật dại gái gia truyền đã làm hại hắn.

Nhưng đó là chuyện sau này. Còn ngay lúc đó được đứng sát bên nàng một cách danh chính ngôn thuận thiệt không còn gì sung sướng hơn. Hắn cầm miếng bọt biển nhúng vô chén xà phòng, nhởn nhơ rửa từng cái một rồi thả sang chậu kế bên để nàng rửa lại cho sạch. Thỉnh thoảng làm như vô tình, tay hắn lang thang ngầm dưới làn nước đầy bọt xà phòng trắng xóa, khẽ nắm lấy tay nàng mân mê, nàng nhột nên bật cười mà mắt liếc nhìn chung quanh coi chừng có ai đang theo dõi. Chả biết nàng gội đầu bằng cái giống gì mà hương từ tóc nàng xộc vào mũi hắn, thơm lừng. Hứng chí, hắn nghêu ngao nhặng xị, hát bá xàm bá láp khiến nàng hết hồn xì tốp không kịp. Cũng may chén dĩa nhà nàng còn nguyên vẹn, nếu để hắn hát hết bài chắc chúng nó bể sạch không còn một cái. Tiếng hát át tiếng bom mà lị!

Rồi hắn cũng rước nàng về dinh. Tổ ấm chỉ có hai vợ chồng son, ăn uống cũng khá đơn giản nên chén bát không có nhiều để rửa ráy. Dù vậy, mỗi lần rửa chén vẫn có đôi có bạn, vẫn mắt đắm đuối mắt, vẫn rinh rích cười mỗi khi chân hắn đi hoang lên bàn chân vợ.

Rồi con hắn ra đời. Một đứa rồi đến hai đứa. Dĩ nhiên bếp núc cũng bề bộn hơn. Dĩ nhiên thời gian để thanh toán đống chén quái ác đó cũng lâu hơn. Mệt quá nên hắn đâm quạu, bắt đầu ca cẩm "phải chi... phải chi..." mỗi khi vật lộn với đống chén bát cao đến mũi.

Cùng tất biến, biến tất thông. Có nhiều lần sau bữa cơm hắn phú lỉnh, giả vờ quên bén nhiệm vụ thiêng liêng thường nhật, ung dung ngồi phành ông địa bật ti vi lên coi, y như các bật gia trưởng nhàn nhã khác ở trên đời. Thế là đôi mắt mang hình viên đạn đại bác 130 ly xoáy ngay vào lưng hắn, kèm theo một tiếng rít lạnh như băng phả vào gáy khiến tóc tai hắn dựng đứng:

- Định đánh bài chuồn với tui, phải hông?

Hắn bủn rủn cả người, xun xoe:

- Đâu có! Anh tới liền nè, cưng.

Rõ tủi hổ cho sĩ khí của bậc nam nhân quân tử đại trượng phu, lỡ ngu thì ráng chịu.

Đừng tưởng là sau một thời gian dài rửa chén đến tróc da tay mà hắn không tích lũy được kinh nghiệm xương máu là lầm to. Vẫn là cách phân chia chồng rửa đi vợ rửa lại như xưa giờ, nhưng hắn đã biết sắp xếp và tính toán sao cho lúc rửa xong phần của hắn là lúc đống chén dĩa phía vợ vẫn còn cao nghều nghệu.

Có gì khó đâu, cứ nhè tô dĩa thứ nào lớn rửa trước,

xong xuôi thảy qua cho vợ rồi thong thả rửa muỗng đũa sau. Chùi tay vào tạp dề, hắn tí tởn "chụt" một phát vào má vợ rồi ung dung mở còm piu tưa, leo lên mạng, chui vào facebook tha hồ mà tán dóc hay viết nhăng viết cuội.

Nhiều lần đang nhắm mắt gõ lấy gõ để cho kịp dòng suy nghĩ chạy qua trong đầu, tai hắn vẫn nghe tiếng nước chảy ào ào cộng với tiếng bát đũa khua loảng xoảng dưới bếp. Mất tập trung nên hắn đành phải thất thểu bước xuống bếp xung phong làm nốt những việc vợ hắn đang làm dở dang.

- Nhìn em đứng rửa chén một mình, anh thương gì đâu á. Thà làm thêm một chút mà để em được nghỉ ngơi, anh thấy mình mới xứng đáng làm chồng. Để đó anh rửa nốt cho - Hắn mở máy tán.

Vợ hắn sửng sốt trố mắt nhìn, chả biết hắn uống lộn thuốc gì mà lại từ bi bất ngờ như vậy. Nàng đâu có hiểu chỉ vì muốn được yên tĩnh để được "sáng tác" những thứ vớ va vớ vẩn hằng ấp ủ mà hắn bỗng ngoan hiền như những ngày đầu chưa cưới nhau.

Đại khái giống như hôm nay nè, hắn đang rảnh rang để gõ những dòng chữ này là lúc hắn vừa phụ giúp vợ rửa chén rửa bát xong.

Phải chi còn thời ăn lông ở lỗ, để con người tiếp tục dùng lá cây thay cho chén dĩa thì đỡ khổ cho hắn biết mấy!

CHUYỆN VỢ CHUYỆN CON

(Thương tặng ML, vợ tôi)

Vợ tôi chỉ có hai lần sinh nở thôi nhưng phải qua tới ba lần vượt cạn. Lần đầu tiên đi biển một mình là lần vợ bị sẩy thai.

Tôi đi theo một bên, trong lúc vợ nằm dài trên chiếc băng ca được các y tá đẩy vào phòng phụ sản. Tiếng bánh xe lăn thật êm trên nền gạch bông sạch bóng càng tăng thêm vẻ im ắng lạnh lùng, tôi hình như nghe được nhịp tim đang đập mạnh trong ngực tôi: hồi hộp quá!

Nhìn sắc mặt vợ xanh mướt vì ánh đèn sáng lạnh của bệnh viện hay vì nỗi lo âu đang đè nặng trong lòng, tôi thảng thốt nắm chặt tay vợ, cuối xuống hôn lên trán, thầm thì: "Yên tâm nha em, không sao đâu! Anh lúc nào cũng ở bên em mà." Vợ nhìn tôi ứa nước mắt, hoảng hốt như muốn nhỏm dậy nhìn theo, trong khi chiếc băng ca khuất dần sau cánh cửa cách ly.

Ngồi trong phòng đợi, nỗi lo sợ mơ hồ cứ len lén tới, tôi cố gạt đi nhưng nó vẫn âm thầm kéo đến. Dán mắt vào chiếc TV trên tường đang léo nhéo cái gì tôi không rõ, chỉ biết rõ một điều là tôi như đang bên cạnh vợ, thủ thỉ thù thì "Có sao không em?"

Khi bác sĩ bước ra cho tôi biết việc chữa trị đã thành công, tôi mừng đến run rẩy cả người, hai tay tôi nắm chặt lấy tay ông ta mà tiếng "Cám ơn bác sĩ "cứ lặp đi lặp lại hoài. Lặng nhìn vợ nằm im lìm trong phòng hồi sức giữa bao nhiêu là dây nhợ của máy móc, của bình nước biển đang chậm rãi nhỏ đều từng giọt, mặt mày thì bơ phờ hốc hác, một nỗi đau tự dưng tràn tới. Tôi vừa thương vợ, vừa thương đứa con không được chào đời.

Năm sau vợ tôi lại cấn thai. Suốt chín tháng trời cả hai vợ chồng dù không nhắc đến chuyện xui xẻo của lần trước, nhưng ai cũng thầm cầu Trời khấn Phật cho mọi chuyện được suôn sẻ. Gần đến ngày sinh mà con tôi không chịu trở đầu. Lại phải nhờ bác sĩ "xoay" nó xuống. Vợ tôi vừa cố nén cơn đau, vừa vỗ về đứa con trong bụng, như sợ con mình chịu đau không nổi: "Ráng giỏi nghen con, nghe theo lời bác sĩ nghen con!"

Thằng nhỏ bị nhau quấn cổ nên không trườn xuống được, bác sĩ quyết định mổ để lấy con ra. Tôi nghe mà điếng cả người. Trời ơi, chỉ đạp phải một cái gai thôi mà mình đã ôm chân la bể trời bể đất, đàng này bị rạch bụng, cắt da xẻ thịt, đau chịu gì nổi, hở trời!

Được phép vô phòng sinh để hỗ trợ tinh thần cho vợ, tôi mừng còn hơn có thêm vợ nhỏ. Tận mắt thấy cảnh vợ được gây mê nằm im lìm ngủ, trong lúc các bác sĩ, y tá quay quanh, cảm giác vừa yên tâm, vừa hồi hộp cứ chạy nháo nhào trong đầu.

Cuối cùng thì con tôi cũng chào đời. Nhìn thằng bé đỏ hỏn khóc oe oe, máu me, cuống nhau cuống rún lòng thòng, tôi thật sự hãi quá chừng. Nhưng đến lúc được cho cầm chiếc kéo để cắt cuống rún cho con, một nỗi xúc động bỗng dưng đến, tôi run run nhắp chiếc kéo mà cứ sợ làm con đau, vợ đau. Đó là lần đầu tiên tôi được làm cha, được khai sinh cho con bằng nhát kéo khá gọn gàng. Tôi sung sướng lắm!

Khi vợ tỉnh lại, thấy thằng con nằm sười ấm trong lồng kính kế bên, vợ tôi ngoắc tay nhờ y tá bồng con tới gần. Một nụ cười sung sướng, mãn nguyện khi nhìn thấy con mình khỏe mạnh đã nở trên khuôn mặt mới lúc nãy hãy còn khá mệt nhọc.

Mới tịnh dưỡng được có một ngày, y tá bắt vợ tôi phải tập đi lại cho khí huyết lưu thông. Tôi hiểu đó là cách để mau bình phục, nhưng thật tình tôi điếng từng khúc ruột khi dìu vợ lóm thóm nhấc từng bước chân mà mồ hôi rịn ra trên trán, trong khi máy điều hòa không khí vẫn phả hơi mát lạnh quanh phòng .Tối hôm đó tôi nhất quyết phải ngủ lại cho có bạn với vợ tôi, mặc kệ y tá cự nự om xòm vì đã hết giờ thăm sản phụ.

Nằm chèo queo trên chiếc ghế kê trong góc phòng, ngắm thằng nhỏ ngủ say, nó nào biết má nó đang cố nén cơn đau qua từng hơi thở nặng nề. Tôi vừa thương vừa giận, giận cái thằng con lì lợm, không chịu quay xuống rồi chui ra đời bình thường như những đứa khác. Thật chưa có ai vô duyên hơn tôi.

Sau một tuần thì vợ tôi xuất viện. Tôi chở hai mẹ con về nhà cùng với lỉnh kỉnh quà của bệnh viện tặng. Lần đầu tiên làm cha lạ lẫm lắm, việc gì cũng thấy lóng ngóng, vụng về. Vợ tôi thì khác, hình như bản năng làm mẹ đã có sẵn. Tã, sữa, tắm rửa, cho ăn cho bú, thức đêm thức hôm, thuốc men cho con..., đều do một tay vợ đảm trách một cách rành rọt. Thấy bà xã nhọc nhằn quá, chịu không được, thế là tôi xắn tay áo nhảy vô.Từ đó việc chăm sóc con, tôi làm giỏi không thua gì vợ.

Được nghỉ ba tháng, vợ tôi phải trở lại làm việc. Bà xã đi làm ban ngày, tôi làm ca đêm, hai vợ chồng thay phiên nhau nuôi con. Thằng nhỏ cũng ngoan, chắc biết cha mẹ khổ cực nên không quấy phá gì nhiều. Thời gian cứ vậy mà trôi, chuyện tôi cứ vậy mà làm, đói thì tôi pha sữa cho con bú, tã ướt thì thay. Xong rồi thả con vào nôi, tự chơi tự bú tự cười tự khóc rồi tự lăn ra ngủ, trong lúc thằng cha mắt trắng dã, ngủ thức chập chờn trông chừng cu cậu mỗi ngày một lớn.

Có lần đang ngủ say, giật mình vì nghe tiếng đập rầm rầm, chồm lên nhìn vào nôi, tôi hết hồn hết vía vì không thấy con đâu. Chạy vội xuống bếp, thấy cu cậu đang lôi nồi niêu xoong chảo ra mặc sức mà khua mà đập. Nó biết trèo hồi nào mà tôi không để ý, nhè lúc tôi say giấc Nam Kha mà leo ra khỏi nôi, bò xuống bếp tập…nấu ăn. Kể lại cho vợ nghe, tôi bị càm ràm một trận đến nhức cả xương cả cốt, nào là ham ăn ham ngủ, hay là đầu óc chắc bận lo nghĩ mấy chuyện trên trời dưới đất nên hổng lo cho con. "Con hư tại mẹ", người xưa đã nói rành rành, mắc gì nhè tôi mà cự!

Thấy con lủi thủi một mình tội nghiệp, vợ chồng bàn với nhau nên có thêm đứa nữa, để mai sau tụi tôi có đi bán muối thì chúng nó còn có anh có em, khỏi bơ vơ lạc lõng.

Thằng út nhỏ hơn anh nó hai tuổi. Chuyện mang bầu chín tháng mười ngày nặng nề khổ cực của vợ, tôi xin miễn kể, vì phụ nữ nào có con cũng đều trải qua như vậy. Chỉ xin văn tắt kể chuyện bà xã đau đẻ.

Lần đó vợ tôi sinh bình thường không phải mổ xẻ gì nữa hết. Chuyển bụng từ lúc một giờ khuya cho đến ba giờ chiều ngày hôm sau vợ mới sinh được, sau khi bác sĩ phải chích một liều thuốc giảm đau, với cây kim dài thòng sau lưng. Tôi túc trực bên vợ từ đầu tới cuối, không ăn không ngủ, cứ ngồi một bên, hết xoa lưng, đến vỗ về an ủi, dỗ dành. Nhìn vợ tôi đau mà tôi cứ ngỡ chính tôi đang xé ruột xé gan. Sau này vợ tôi nói lại rằng trong lúc đau gần chết đó, bà xã thấy tôi vừa mếu máo, vừa xuýt xoa hít hà, mắt mũi đỏ hoe như muốn khóc, làm vợ tôi cũng phải phì cười vì trông tôi tếu quá.

Cuối cùng thằng út cũng chịu lọt lòng, mặt tròn quay như mặt mèo, chỉ có chóp đầu dài như như trái bầu non, vì nó quá lì, cứ chui ra từng chút một, làm má nó rặn thiếu điều muốn tắt thở. Tôi cũng được bác sĩ đỡ đẻ cho cắt rún con, lần này có kinh nghiệm hơn, cầm kéo xoẹt một cái là xong.

Có một chuyện nhỏ cần phải nói thêm kẻo quên, khi những chiếc cuống rún của các con tôi khô rụng, vợ tôi cất riêng trong từng chiếc hộp nhỏ thường dùng để đựng nữ trang, kèm theo tờ lịch in đúng ngày con chào đời, định bụng ngày nào con cưới vợ, sẽ tặng cho con, xem như món quà kỷ niệm của mẹ dành cho. Không ngờ trộm viếng nhà, những chiếc hộp đó bị bọn trộm quăng tung tóe trong lúc lục lọi. Vợ tôi lượm lại từng chiếc cuống rún mà nước mắt nước mũi đầm đìa, đau như chính mình vừa bị hành hạ.

*****

Có tận mắt thấy vợ mình vượt cạn, vật vã sanh con là thấy sự tử biệt sinh ly chỉ trong gang tấc, là lúc thấm thía được sự khổ cực của những người mẹ, và càng thương người đã sinh ra mình, thương người đầu ấp tay gối với mình nhiều hơn.

Nay viết lại những kỷ niệm về vợ, về con, về những chuyện đã qua lâu rồi, nhưng tôi vẫn như còn thấy được từng giọt nước mắt lăn dài của vợ tôi qua những lần chuyển bụng, như thấy được nụ cười sung sướng khi thấy con mình đủ chân đủ tay, rồi được ẵm được bồng, được hôn hít nựng nịu chúng nó. Và hình như tôi vẫn như nghe được đâu đây mùi sữa thơm nồng nàn mỗi khi hôn con, hoặc mùi khai khai quen thuộc khi bồng con thay tã. Cám ơn vợ đã chịu biết bao là vất vả với việc sinh nở, việc nuôi nấng con tôi khôn lớn nên người.

Đường đời còn xa, còn dài, nhưng tôi vẫn mơ sẽ có một ngày được nói tiếng cảm ơn tới con dâu, người sẽ sinh ra những đứa cháu nội cho chúng tôi. Bởi vì tôi tin chữ hy sinh, chữ yêu thương luôn hiện hữu trong cõi đời này, rất xứng đáng được "nạm vàng muôn khổ cực".

CÔ GIÁO CŨ

Gần bùng binh Ninh Hòa, trên quốc lộ 21 hướng về cao nguyên Khánh Dương và Buôn Mê Thuột, đối diện với sân vận động cũ của huyện, có một quán kem mà người Ninh Hòa dù có xa quê lâu đến đâu, mỗi khi nhắc đến đều nhớ về một nơi có cái tên khá dễ thương, quán kem Thiên Hương.

Kem ở nơi đó tuy không có nhiều mùi vị để lựa chọn, chỉ vỏn vẹn vài loại bình thường như kem chuối, kem sầu riêng hay kem va-ni-la, nhưng sao tôi vẫn thấy nó ngon ơi là ngon. Ngon đến nỗi về sau này dù cho có ăn bất cứ loại kem nào mắc tiền đến mấy cũng vẫn làm cho tôi nhớ đến ly kem với những chiếc muỗng nhựa đủ màu nhỏ xíu, để mỗi khi múc lên chỉ được một chút tẹo, nhởn nhơ nhấm nháp từng tí một vì sợ mau hết. Cái vị ngọt đậm đà, thơm thơm, beo béo của nó đã theo tôi mãi đến ngày hôm nay. Lúc đó làm gì có tiền để được ăn kem cho đến ngán như bây giờ. Ăn xong rồi vẫn ngỡ như chưa ăn, vẫn còn thòm thèm, cho nên người ta thường nói món ngon nhớ lâu quả không sai chút nào.

Nhắc đến quán kem Thiên Hương không phải là mục đích chính của bài viết này, chẳng qua là tôi chạnh nhớ đến cô giáo của tôi, vì nơi đó chính là nhà của gia đình cô ở.

Cô tên Nguyễn Thị Quý. Cô từ thị trấn Ninh Hòa về quê tôi dạy. Từ nhà của cô đến trường chỉ cách nhau có hơn ba cây số, nhưng lúc đó lại là quãng đường khá xa. Cô chạy chiếc xe gắn máy hiệu gì tôi quên tuốt rồi, chỉ nhớ nó có màu xanh mạ non, và nhỏ nhắn như tạng người của cô. Tiếng máy nổ xành xạch xành xạch mỗi khi xe của cô chạy ngang nhà, đều đặn sáng chiều hai buổi, quen thuộc đến độ chỉ cần nghe tiếng xe là tôi biết chừng mươi phút nữa tiếng trống trường báo hiệu giờ vào lớp sẽ điểm. Tôi vội ôm cặp, cắm đầu cắm cổ vù tới trường vì chậm chân sẽ bị trễ học.

Cô dạy lớp sáu, lớp đầu tiên của bậc tiểu học mà hồi xa xưa trường làng tôi chưa hề có. Từ thế hệ của các anh chị tôi trở về trước, khi học xong lớp năm là phải lên trường huyện để học tiếp. Cô phụ trách dạy Việt văn và Anh ngữ. Những lúc được học với cô về văn chương thơ phú là lúc tôi mê mẩn nhất. Tôi cứ như uống từng lời, từng chữ, và mắt tôi cứ dõi theo mỗi khi cô cầm cuốn sách chậm rãi đi lên đi xuống, vừa đọc vừa bình giảng. Đôi lúc cô dừng lại bàn cuối nơi có tôi đang ngồi, dịu dàng nhắc nhở tôi nhớ chép bài. Tôi ước ao phải chi cô cứ đứng đó luôn, đừng đi đâu hết vì ở nơi cô toát ra một cái gì đó vừa uy nghiêm, vừa gần gũi, cứ như một người chị đang dạy một đứa em thích học. Bốn mươi lăm phút của giờ học trôi qua nhanh lắm, tôi thường ngẩn ngơ buồn khi thấy cô xếp lại sách vở để đi dạy lớp khác.

Nhưng với môn Anh văn cô dạy, tôi lại không chịu học. Chẳng hiểu sao lúc đó tôi ngu dại một cách kỳ cục, cứ nghĩ tiếng Việt có học cả đời cũng không hết, mắc chi phải học một thứ tiếng mà tôi không biết dùng để làm gì. Tôi rủ thằng bạn, cứ nhè tiết cô dạy là chuồn ra khỏi lớp. Thơ thẩn đã đời, tôi lại mon men đến bên cửa sổ nhìn vào, dõi mắt vào đám bạn đang hí hoáy chép bài, trong khi cô đứng bên bục giảng mãi mê viết.

Ánh nắng ban mai chiếu xuyên vào lớp học, nhìn những bụi phấn rối rít bơi bơi trong dòng sông nắng, tự dưng tôi thấy lẻ loi quá. Cảm giác buồn tủi vì bị bỏ rơi dâng lên ngập lòng. Ngay cả những hạt bụi phấn cũng còn biết rủ rê nắng vàng tung tăng theo cô vào lớp, chả lẽ khi tôi đứng chết dí ngoài này chẳng một ai quan tâm hay đoái hoài đến hay sao!

Vì ghen tức nên tôi khích thằng bạn hãy tìm cách quậy phá để cho cô mất tập trung không thể giảng dạy được. Nó chết nhát lè lưỡi lắc đầu. Vậy thì tôi làm. Đu lên cửa sổ có một chấn song gỗ bị gãy, khom người trườn vào rồi nhảy cái ịch xuống, tôi chạy ào ngang qua lớp và mất hút đàng sau cánh cửa chính phòng học. Những tiếng cười ồ lẫn tiếng la ó của chúng bạn càng làm tôi hãnh diện vì đã tạo nên kỳ tích. Tôi anh hùng quá chừng.

Chạy vòng trở lại, kiễng chân nhìn vào lớp, tôi thấy cô đứng lặng, mắt mũi đỏ hoe. Đỗi sau cô mới đẩy chiếc kính cận lên, sụt sùi chậm nước mắt…

Hôm sau tôi bị mời lên văn phòng. Tuyệt nhiên cô không la mắng, chỉ nhẹ nhàng khuyên bảo tôi đừng có ngỗ nghịch nữa, hãy chịu khó học hành cho đàng hoàng tử tế. Cô còn nhắc hành động tôi làm rất nguy hiểm, sẽ gây ra tai nạn nếu tôi sơ ý té xuống. Phải chỉ cô cứ rầy la hay xử phạt, tôi sẽ dễ chịu hơn. Lí nhí nói lời xin lỗi coi bộ còn khó hơn trèo qua song cửa sổ.

Biết tôi thích đọc sách, cô thường đem truyện xuống cho tôi đọc. Nhà có cả một thư viện nhỏ, nhưng cô chỉ cho mượn mỗi lần hai cuốn, không hơn không kém. Tất cả những cuốn sách của cô đều được bao bìa rất cẩn thận. Cô cho tôi mượn đọc với điều kiện không được làm rách hay mất, và phải nói cho cô biết tôi hiểu và học hỏi được những gì từ nơi đó.

Cô là người hướng dẫn tôi đọc sách vở. Tôi vẫn nhớ như in lời cô nói : "Khi đọc sách em nên để lòng em mở. Vì trong mỗi cuốn sách dù đọc chán đến đâu vẫn có một câu hay một đoạn hay. Em nên nhớ tác giả đã có công viết, thì em nên đọc một cách trân trọng. Hãy đọc như chính em là người viết ra nó vậy".

Có lần cô nhận lại cuốn sách của tôi vừa đọc xong, ôn tồn cô bảo tôi kể cho cô nghe nội dung, và lý do sao tôi đọc nó. Tôi bí quá đành phải trả lời rất ngớ ngẩn: "Dạ thưa cô em đọc sách là tại vì cô cho em mượn". Cô phì cười vì câu trả lời quá sức là 'bựa' của tôi.

Tôi chỉ được học với cô đến hết năm lớp sáu. Qua năm sau cô chuyển đi dạy trường khác. Từ đó trở đi tôi không còn được gặp cô nữa. Cứ mỗi lần nghe tiếng xe gắn máy của ai chạy ngang nhà, tôi bâng khuâng ngỡ như cô về thăm lại trường xưa lớp cũ.

***

Năm rồi tôi về chịu tang cho má tôi. Cái nắng chang chang của mùa hè như đổ lửa xuống lưng những người thợ đang xây mộ, tôi ước ao làm sao có được một ly nước mía hay một cái gì mát lạnh để cho mọi người giải khát. Hình ảnh ly kem bất chợt lóe lên, tôi vội đón xe ra thị trấn, tìm lại quán kem ngày xưa mà trong lòng bồi hồi, nao nao một cảm xúc rất lạ.

Quang cảnh đã thay đổi nhiều. Sân vận động giờ không còn nữa. Những cây phượng vĩ rải rác quanh đó rưng rưng hoa đỏ trong ngàn lá xanh non, như xôn xao vẫy mừng đứa học trò ngày xưa trở về. Bùi ngùi đứng trước nhà cô, tôi lặng lẽ ngắm bảng hiệu "Kem Thiên Hương" giờ đã nhuốm màu thời gian cũ kỹ. Tần ngần tôi hỏi người bán quán :

- Thưa chị, cô Quý còn ở đây không chị ?

- Em là ai mà tìm cô Quý ?

- Dạ, em là học trò cũ của cô!

- Cô Quý nghỉ dạy lâu rồi em. Cô theo chồng vào Nha Trang rồi. Không ngờ hôm nay có học trò tới tìm, để chị vô ghi cho em số nhà của cô, em ngồi chơi và chờ chút nghen!

Cầm địa chỉ trong tay, tôi rủ thêm cô bạn học từ thuở thiếu thời, rồi cả hai cùng lên xe vào Nha Trang, đón thêm cô bạn nữa, chúng tôi cùng nhau đi tìm cô giáo của những năm tháng xa xăm.

Nha Trang một chiều mùa hè lộng gió, cái gió mát rượi mang mùi mằn mặn của biển từ cửa sông cầu Hà Ra thổi vào làm tôi cảm thấy dễ chịu lạ. Có lẽ sự háo hức bồn chồn đã xua đi cái oi bức lúc ban trưa tự lúc nào. Lối vào nhà cô hai bên đầy hoa giấy đỏ thắm, ngõ vắng dường như cũng nôn nao với tình nghĩa thầy trò.

Đưa tay bấm chuông cửa, một dáng người nhỏ bé lần dò đi ra. Cả ba cái miệng cùng thi nhau "Em chào cô ạ!"

Cô bạn đẩy tôi lên trước :

- Cô Quý, cô còn nhớ tên này không, cô ?

Cô chăm chú nhìn tôi, hỏi: "Khương đó hả? Thằng Khương hay mượn sách của cô đó hả?" Tôi thấy cô mỉm cười, cười mà mắt ngân ngấn nước.

Tôi nghẹn ngào ôm lấy cô. Ba mươi sáu năm dài đăng đẳng, bao nhiêu nước đã chảy qua cầu, mà sao khi gặp lại, chỉ với một câu cô hỏi đã làm tôi đứng sững cả người. Người ta thường nói chỉ có học trò mới nhớ tới thầy cô, chứ cả đời đi dạy, có biết bao nhiêu là học sinh thì làm sao mà nhớ hết cho nổi, ngoại trừ những đứa cá biệt.

Cô Quý ơi, đứa học trò cũ đã từng làm cho cô buồn cô khóc, nay nó đang đứng trước mặt cô nè, đang thổn thức vì những điều cô nhớ đến nó nè…

***

Tôi vẫn còn đam mê với sách vở cho đến tận bây giờ là nhờ vào sự dạy dỗ từ một cô giáo có tấm lòng vị tha, hiền lành như cô Quý. Cô là những trang sách hay mỗi khi tôi cầm lên đọc. Cô là vị ngọt ngào mỗi lần tôi thưởng thức ly kem. Cô là dòng sông ký ức êm đềm mỗi khi tôi ngụp lặn bơi về nguồn dĩ vãng …

CON CÁ NỤC GAI, MỘT THỜI CỦA KÝ ỨC

(Mến tặng chị H., người mơ hoài những món ăn ở quê ngoại xa xưa.)

Có lần lan man với chị bạn về quê hương miền Trung cực khổ, tình cờ chị có nhắc đến các món ăn dân dã như bánh ướt cầu Bến Gành, như bún cá dầm, như nem nướng Ninh Hòa, đặc biệt chị hỏi tôi có còn nhớ con nục gai mà cứ đến tháng bảy, khi những cơn gió nam thổi về là biển lại rộ lên mùa cá.

Nói đến con cá nục gai thì những ai đã từng sống ở miền biển chắc hẳn không lạ gì. Nó tầm thường đến độ như sự có mặt của nó trong những bữa ăn của dân quê gần như là điều hiển nhiên.

Tuy vậy, chị cũng như tôi, từ ngày ly hương cho đến nay chưa từng gặp lại nó, ngỡ như con cá quen thuộc đã ở lại bên kia bờ biển, cũng như tuổi thơ của chúng tôi giờ cũng đã xa lắc xa lơ.

Mãi đến ngày xuôi nam xuống Florida, anh tôi mới cho hay biển giã nơi này cũng đầy cá nục, có dịp theo tàu ra khơi xa sẽ chỉ cho tôi câu. Nghe vậy, tôi háo hức lắm.

Rồi cơ hội cũng đến, sau vài tiếng đồng hồ lênh đênh trên sóng nước, anh em tôi cũng tới được nơi có cá nục sinh sống. Móc mồi thả xuống, đâu chừng dăm phút đầu cần câu bỗng giật giật liên hồi, tôi hồi hộp quay lên với một sự ngạc nhiên vô cùng thích thú: sáu lưỡi câu dính một xâu cá sáng trắng như bạc đang vùng vẫy loi choi rối rít. Tôi vụng về làm cho mớ cá rơi tòm xuống biển, chỉ còn một vài con xấu số rớt xuống sàn tàu.

Lượm chú cá lên, tuy biết chắc đó là loại cá của ngày nào, nhưng tôi vẫn không nén nổi niềm sung sướng, đành phải hét to, "Cá nục gai đây rồi, em câu được nó rồi! "

Khum khum lòng bàn tay có chú cá nằm gọn trong đó, tôi lom lom ngắm nghía. Thân cá lớn chừng hai ngón tay chụm lại, dài non một gan, mình thon thon tròn lẳn, chắc nùi nụi. Xuôi gần chót đuôi là hàng vảy cứng gồ lên nham nhám. Có lẽ vậy nên nó có tên là nục gai, chứ tôi tìm muốn lé cả mắt mà chả thấy gai góc ở đâu hết.

Tôi trố mắt nhìn nó, nó nhìn tôi, dãy dụa thêm vài cái rồi nằm ngay đơ cán cuốc. Suốt cả buổi chiều hôm đó tôi cứ nao nao hoài. Hai mươi mấy năm rồi tôi mới gặp lại chú cá mà ngỡ chỉ còn trong ký ức.

Cá chúng tôi câu được cũng khá nhiều, riêng cá nục thì cũng vừa đủ cho nhỏ em kho một nồi. Cá kho xong, nó bưng nguyên nồi in lên FaceBook. Mỗi lần vô đó tôi đều không khỏi nuốt nước miếng, thèm đến độ muốn cầm đũa gắp bỏ vào miệng, để được nghe lại hương vị cá nục kho của những năm xưa tháng cũ ...

***

Ngày đó má tôi thường mua cá nục về để nấu nhiều món khác nhau nhằm đổi bữa, khi thì nấu canh chua lá me non, lúc thì nướng lên dầm nước mắm ngò hoặc kho khô với ớt tươi nguyên trái. Nhưng cá nục hấp cuốn bánh tráng lại là món tôi thích nhất.

Má tôi hay mua cả rá cá tươi roi rói về, nhỏ em phụ làm sạch xong hấp chín. Với rổ rau sống đủ loại, vài cái bánh tráng nướng nhúng sơ qua nước cho mềm, bên cạnh là chén nước mắm chanh tỏi ớt, tôi xé miếng bánh tráng, lấy thêm ít rau, vẽ một miếng cá thật bự đang nghi ngút khói thơm lừng, không quên rút xương bụng cá ra, cuộn lại, chấm vào chén nước mắm, đưa lên miệng cắn một miếng rồi ngồm ngoàm nhai. Tiện tay nhón thêm trái ớt sim, tôi cắn cái rột rồi nhai không kịp nuốt. Nước cá tứa ra hai bên mép ran rát ngứa, tôi dùng tay áo quẹt ngang miệng, má tôi xốn mắt nạt khẽ, "Cái thằng, ăn với uống!"

Nhắm mắt lại để nghe, để cảm được vị thơm thơm, dòn rau ráu của rau sống hòa lẫn mùi tanh tanh, bùi bùi, ngòn ngọt của cá, quyện với vị mằn mặn, chua chua, cay cay của nước mắm pha. Phải nói là ngon, ngon thần sầu quỷ khốc!

Những tháng ngày thơ mộng với những hạnh phúc nhỏ nhoi đó không kéo dài được bao lâu, cảnh nhà ngày càng sa sút, má tôi phải đi buôn bán xa mãi tận Nha Trang, đôi ba bữa mới về.

Rất nhiều lần bữa cơm vắng cá, với dăm trái cà dĩa hay vài vài trứng vịt luộc lên dầm nước mắm cũng đắp đổi qua ngày. Ăn riết rồi cũng ngán, nên tôi hay ngóng chờ má về.

Tôi còn nhớ lần đó má tôi về có xách theo giỏ lát hơi nặng, bên trong là nồi cá nục kho. Cái nồi nhôm móp méo đen nhẻm muội khói được ràng chặt từ quai này qua quai kia bằng sợi sống lá, má tôi các ca các củm lặn lội đường xa đem về cho con có cái ăn.

Xấu tánh đói, tôi lật đật tháo giây giở nắp nồi, chúi mũi vào hít lấy hít để. Một mùi thơm xộc lên làm điếc cả mũi trong khi nước miếng đã ứa đầy. Những con cá nục được kho chín rục nằm xếp lớp thật khêu gợi, bên trên phủ đầy một lớp tóp mỡ vàng suộm lẫn với vài trái ớt sừng trâu đỏ chót. Cầm lòng không đặng, tôi vừa thò tay bóc lấy miếng tóp mỡ bỏ vào miệng nhai nhóp nhép, vừa nhảy tránh chiếc đũa bếp má tôi quơ tới.

Ăn vụng sao mà ngon quá chừng!

***

Cá nục gai bình thường như cá lá, cá liệt ở miền biển quê tôi. Nó không như con thu, con mú mắc mỏ mà những người nhiều tiền mới mua nổi. Nhưng không hiểu sao cả chị lẫn tôi mỗi khi nhắc đến là thấy cả một vùng trời thanh bình của tuổi thơ trở về. Nhất là mỗi lần ngắm lại nồi cá kho của nhỏ em, một cảm giác nôn nao khiến tôi ngẩn ngơ, bồi hồi thương nhớ.

Tôi vẫn còn cảm được cái lành lạnh của những giọt mưa hắt qua song cửa sổ của chái bếp xưa, khi tôi bó gối xem má vần nồi cơm xuống than hồng mà bụng sôi ong óc.

Hơi ấm nóng của chén cơm vừa chín tới, kèm theo khứa cá nục kho cứng còng mà má dịu dàng đưa cho, hình như vẫn thơm thoang thoảng đâu đây.

Miếng cơm cháy dòn rụm quẹt vào chút nước cá kho dẻo quẹo, vị cay nồng của tiêu của ớt sao cứ lưu luyến hoài.

***

Đời người như con tàu mải mê băng băng về phía trước, vô tình để lại bao nhiêu thương nhớ dọc ven đường. Tưởng chừng lớp bụi thời gian đã phủ đầy dĩ vãng, nhưng phút chạnh lòng, kỷ niệm vẫn còn còn óng ả trinh nguyên. Có ai biết nơi nào bán vé để đi về ngày xưa xin chỉ giùm tôi với. Còn gì sung sướng cho bằng khi được về thăm lại những ngày hoa mộng, nơi có con cá nục gai mà suốt một đời cứ làm tôi xao xuyến.

FOXTAIL, CÂY CỌ ĐUÔI CHỒN

Bên hông nhà tui có trồng một cây cọ kiểng, tàn lá của nó đầy gai nhọn hoắc nên trông nó lúc nào cũng xù xì như một con nhím đang xù lông. Tui hăm he chặt béng nó đi để trồng cây khác hổng biết bao nhiêu lần rồi, mãi đến hôm qua mới thực hiện xong.

Cây gì mau lớn như quỷ, mỗi năm nó nhổ giò hơn ba tấc, và chỉ sau mười mấy năm nó đã cao gần đến cổng trời. Mỗi lần bắt cái thang dài thậm thượt leo lên đứng chót vót trên nất thang cao nhất, vừa thắt giây an toàn vừa giơ máy chém với lên để cắt những tàu lá khô lòa xòa rũ xuống như gà bị mắc toi là mỗi lần tui thót tim, lỡ sẩy tay một cái coi như có thằng sẽ đi bán muối trong lúc tuổi xuân còn phơi phới thì buồn lắm.

Nhớ lại lúc mua cái nhà này, em tui từ Florida gọi qua Ca-Li-Phọt hỏi ý muốn trồng loại Palm gì, King hay Queen. Tui chả có khái niệm gì về mấy thứ cọ quẹt này hết, nên nghe đến "King" là khoái quá, liền đồng ý cho người ta trồng một trự trước nhà. Ai ngờ ông vua của tui là loại "vua cỏ" rẻ tiền, nên càng lớn nó càng xấu xí, cắt tỉa không khéo là gai móc vô tay chưn là có nước hả họng la làng.

Kêu thợ tới chặt tốn hết 300 đô tiền công, cộng luôn tiền mua cây mới với phân phiếc, nó bay hơi gần hết sáu tờ tổng thống Washington nhìn thẳng của tui.

Phải công nhận ở xứ Mỹ này quá hay, cái gì cần là người ta sẽ chế ra được, tiện dụng vô cùng. Bà con có thấy cái máy nghiền cây hoạt động ra sao chưa? Cả một thân cây to đùng gần bằng vòng ôm vậy mà họ nhét vô máy, xay ra nhuyễn nhừ như cám. Ngay cả những cây sồi nổi tiếng là cứng như... củi, vậy mà cũng không làm khó được với con quái vật đó.

Cây cọ tui tìm mua là loại Foxtail, tán lá nó xù ra như đuôi con chồn cho nên mới có tên như vậy.

Người quen của thằng bạn có vườn chuyên trồng cọ để bán. Hôm trước trong lúc làm việc, tui nói ý định đó cho nó nghe.

- Hey Don, do you have three head Foxtail ?

- What? What the heck are you talking about? - Nó vừa nhăn mặt vừa quạt quạt tay ra đàng sau y như đít nó vừa mọc đuôi hỏng bằng.

Tui bật cười nói lại là tui đang tìm cây Foxtail có ba thân chụm lại, chứ hỏng có tìm chồn hay cáo gì ở đây hết.

Hiểu ra, nó e hèm:

- Hey man, let me tell you this, you speak English like Sh...t. Single, double or triple Foxtail Palm tree, ok? Tree never ever has a head, ok?

Nghe nó "mắng mỏ" mà tui cười như điên, vì tui nhận

ra rằng cho dù có ở xứ Mỹ này bao nhiêu lâu đi nữa thì tui vẫn nói theo kiểu bồi... nước mắm. Mày cứ việc cười đi, mai mốt mày học tiếng Việt thì sẽ biết thế nào là lễ độ liền, phong ba bão táp không bằng ngữ pháp Việt Nam đó em trai!

Tui mê cây đuôi chồn của tui quá, nhìn nó thanh mảnh gọn gàng sạch sẽ, chứ không xồm xoàm, cao chòng ngòng như cây cũ. Cũng như Royal Palm, Foxtail Palm khi lá già là nó tự rụng, tự...lau chùi dọn dẹp, mà tiếng Mỹ gọi là self cleaning.

Xoa tay ngắm cây cọ mới cho xuống đất, tui chạnh nhớ đến hai cây cau tự tay tui trồng bên bờ mương nước sau nhà nội quá chừng, lúc đó tuổi tui đâu chừng mười hai hay mười ba chớ mấy. Những cây cau đó do dượng Năm cho,"Dượng cho con hai cây cau này, đem về mà trồng. Khi nào con lớn thì bẻ cau đi hỏi vợ"-Dượng nói.

Đến khi cau trổ buồng, chưa kịp hái trái thì tui đã rời xa quê, dượng tui cũng đã mất nhiều năm trước đó. Hai cây cau ở lại, chụm đầu soi bóng dưới mương nước, chẳng biết chúng có thắc mắc tui đi đâu lâu quá sao chưa thấy về! Dễ gần hơn ba mươi mấy năm rồi, chắc giờ hai cây cau đó cũng đã già, hoặc người ta cũng đã chặt bỏ rồi, nhưng sao tui vẫn nhớ chúng nó hoài, như tui đang nhớ đến dượng năm của tui.

Nhớ đến ông lý trưởng làng Mỹ Trạch với dáng người khòm khòm trong bộ quần áo the thâm khăn đóng trong những lần dượng ra đình ra xã. Nhớ dượng cầm đôi guốc gỗ vào nhau lạch cạch mỗi khi đi đâu về. Nhớ dượng ngồi chưn cao chưn thấp chậm rãi rót trà ra tách rồi nheo nheo mắt hớp từng ngụm nhỏ, rồi vân vê chòm râu bạc trắng lưa thưa. Nhớ căn nhà cổ kính lợp mái âm dương phủ đầy rêu xanh màu năm tháng. Nhớ bụi chuối bụi thanh long, nhớ cây cam cây quýt, nhớ tiếng chim hót quanh vườn. Nhớ lu nước mưa bên hè đầy những con lăng quăng bơi rối rít, có chiếc gáo dừa nằm chỏng chơ trên đó. Nhớ không khí êm đềm nhẹ nhàng, nhẹ như thời gian trôi rất chậm ở nơi đây.

Từng ấy nỗi nhớ cứ lần lượt ghé qua, làm tui ở đây mà cứ ngỡ đâu thằng bé con năm nào tay bưng chiếc mo cau có hai cây cau con trong đó. Cám ơn dượng Năm đã cho con hai cây cau quý, tuy con đã trồng ở quê nhà, nhưng chúng nó vẫn theo con mãi đến bây giờ.

Cũng như hôm nay, đứng bên cây cọ đang rì rào trong gió sớm, tui vỗ vỗ nhẹ thân cây mà nhớ tía tui quá chừng. Nhớ lúc chở tía đi mua cây này, ông móc túi trả tiền, "để tía mua cho, mai mốt tía không còn, con có cái giữ làm kỷ niệm".

Cây cọ đuôi chồn còn đây, mà ông già tía đi đâu mất tiêu rồi! Hổng chừng ông đã về quê, hai anh em cột chèo lại ngồi uống trà với nhau sau bao nhiêu năm xa cách. Tui mơ màng thấy bên hiên nhà xưa của dượng hàng cau hàng dừa vẫn còn lả ngọn, con cu cườm đậu tít trên cao gù gù, từng tiếng buồn thủ thỉ của nó nhỏ vào lòng, bất giác làm mắt tui cay cay…

HAI MƯƠI BẢY NĂM,
CHẶNG ĐƯỜNG CỦA KÝ ỨC

22 tháng Bảy, 1986 - 22 tháng Bảy, 2013, ngoảnh đi ngoảnh lại tôi đã ở Mỹ được hai mươi bảy năm tròn.

Thời gian như lá thu vèo bay theo gió, mới đó mà hai mươi bảy năm đã trôi qua thật lẹ. Nhìn lại mấy tấm ảnh chụp hồi mới chân ướt chân ráo đến Hoa Kỳ, mặt mũi tôi bơ phờ ngơ ngác một cách tội nghiệp. Người trong và người ngoài tấm hình chẳng nhận ra nhau, vì một người tóc hãy còn xanh mướt, còn một người nước thời gian đã nhuộm màu muối nhiều hơn màu tiêu.

Tôi rời quê hương vào đầu xuân 1986. Cả gia đình mười ba người gồm cha mẹ anh chị em con cháu nhồi nhét trong chiếc phi cơ của hãng hàng không Thái Lan từ Tân Sơn Nhất trực chỉ qua Băng Cốc. Sau một tuần sáng canh cải, chiều cải canh ngán tới óc do một "chị nuôi" bự kếch sì tô có giây mơ rễ má với Thị Nở âu yếm phát chẩn, ai lộn xộn mất trật tự là lãnh nguyên cái vá múc canh lên đầu, khỏi cần biết đương sự là già trẻ lớn bé, để rồi đêm xuống ngồi rù ngắm tù nhân đu khung cửa sắt ở trại chuyến tiếp Suan

Phlu, gia đình tôi bay qua Phi Luật Tân hóng gió biển trong vòng 6 tháng. Riêng tía má tôi được đặc cách đi thẳng qua Mỹ, đến nay vẫn không hiểu vì lý do gì.

Xin được phép miễn kể… lể những gì xảy ra suốt thời gian dài nằm đảo, chỉ biết tôi rời khỏi Bataan và đặt bước chân đầu tiên lên miền đất hứa, tiểu bang Utah, vào ngày 22 Tháng Bảy cùng năm đó.

Từ Salt Lake City chạy về nhà mất gần một tiếng. Vừa mới trầm trồ nào là phi trường sao mà sang trọng bóng loáng quá chừng, nào là nhà cửa đường xá xe cộ quá đỗi nguy nga sang trọng, nỗi thất vọng trong tôi càng lúc càng lớn dần khi xe chạy theo ven đồi cỏ khô vàng choạch, lâu lâu mới thấy bóng một nóc nhà, còn lại toàn là đồng không mông quạnh với từng đàn bò dàn hàng ngang cong đuôi chóc mỏ rống ò ò, hân hoan chào đón đoàn người mới đến.

Nước Mỹ trong trí nhớ của tôi qua những gì mình biết từ sách vở, từ phim ảnh lại thê lương buồn bã như thế này sao?

Hết một tuần nghỉ ngơi cho quen giờ giấc, anh tôi dẫn cả nhà đi làm giấy tờ và những việc cần thiết để hội nhập vào xã hội Mỹ. Nào là xin tiền trợ cấp, bảo hiểm sức khỏe, ghi danh đi học… Ôi thôi đủ cả trăm chuyện cấp bách cần phải làm ngay, mà hầu hết chúng ta ai ai cũng đã từng trải qua!

Gia đình tôi cũng như bao gia đình khác, được nhà thờ Mormon ưu đãi đặc biệt, họ tặng không không biết cơ man nào quần áo, thực phẩm. Ngoài ra họ còn làm quà bằng một chiếc xe còn khá mới để làm phương tiện đi lại. Giáo phái Mormon có tục lệ đa thê, và tôi lấy làm khoái chí khi họ khuyến khích mình cải đạo, vì nghĩ ở xứ này mà được quyền lấy nhiều vợ thì còn gì sung sướng cho bằng.

Khi biết được ý tưởng quái gỡ của tôi, ông anh cười cười :"Bỏ đi thằng quái. Nghèo mà ham! " Ngựa non háu đá, chưa biết đá biết vàng chính là cái thằng tôi.

Rồi mọi chuyện cũng đâu vào đó. Tôi bắt đầu với đời sống văn minh hơn. Ra đường biết lấy áo mặc vô, che cái lưng cháy nắng đen bóng mà anh tôi gọi là lưng trâu, kết quả của sáu tháng làm "vua" bên đảo, hết ăn no lại tắm suối, hết lẻn vô rẫy hái trộm trái cây đến chui vô rừng săn kỳ đà, xém chút bị dân bản xứ vác rựa chặt thành tám khúc.

Đồng thời tôi cũng ý thức được việc khạc nhổ ra đường, thò tay cạy rỉ mũi hay ngoáy tai nơi công cộng là mất thuần phong mỹ tục. Nhìn chim muông bằng cặp mắt thân thiện bạn bè, chứ không phải qua hình ảnh xâu chim nướng ướp muối ớt thơm phức như ở bên nhà. Đúng là ở bầu thì tròn, ở ống thì dài. Giờ ngẫm nghĩ lại sao mình từng có những cái thói quen gớm giếc đến như vậy!

Hai tháng sau tôi đi học lại. Lội bộ cùng với đứa cháu từ nhà tới trường hơn 4 miles. Sáng đi chiều về, nhìn thiên hạ chễm chệ trong những chiếc xe hơi vùn vụt chạy qua, tôi mơ ước sẽ có ngày ôm vô lăng chạy vù vù như người ta.

Vừa học chữ tôi vừa làm việc thêm trong trường. Công việc của tôi là dọn dẹp cafeteria cho sạch sẽ. Theo sự hướng dẫn bằng tay nhiều hơn bằng miệng của ông sếp đầu tiên, tôi cũng chu toàn công việc được giao khá chu đáo. Bây giờ việc lau nhà hút bụi của tôi nhậm lẹ chắc cũng từ những bước khởi đầu này.

Cầm tấm check lương $75.00 cho gần 2 tuần làm thêm, tôi mừng không thể tưởng, vì lần đầu trong đời biết làm ra tiền, mà là tiền Mỹ mới đã đời chứ.

Rồi tới vụ bậm gan trâm tiếng Mỹ với người Mỹ không qua thông dịch mới gọi là thần sầu quỷ khốc. Vô cây xăng Bingo mua tem để gửi thư về cho người "em bé bỏng" còn ở quê nhà, nhìn thẳng vô mặt người bán hàng cho giống cung cách người Mỹ, bao nhiêu vốn liếng Anh ngữ chuẩn giọng Bến Đò Lá đã học tôi xổ ra bằng hết:

- Ếch kíu dơ mi, sơ! Quốt du bờ li seo mi sờ tam!

- Cái gì ?

- Ai quốt lai tu bai sờ tam.

- Tao giơ tay đầu hàng! Mày có thể viết xuống mày nói cái giống khỉ gì hông?

Tai tôi bắt đầu nóng đỏ rần rần, kiểu này chắc chết tía tôi rồi! May phước ông ta chìa cây viết, và nhờ trí thông minh tót vời nên tôi dư sức hiểu ông muốn gì.

- Trời ạ! STAMP mà mày đọc là "sờ tam" thì đến bà dì ghẻ tao cũng không biết mày muốn sờ cái gì nữa. Thôi, tao dạy mày nói để lần sau mày khỏi làm khổ người khác. Hả họng ra, chành miệng uốn lưỡi theo tao: S…S TE..MM PỜ…

- Okay, gần được rồi đó, nhưng nhớ phun chữ "pờ" ra nhè nhẹ thôi, kẻo văng nước miếng vào mặt tao bi giờ. Nói lại nghe coi! Okay, very good, young boy!

- Thánh kêu, sơ!

- What? Thôi, mày biến lẹ lẹ giùm, để tao còn buôn bán nữa!

Từ bài học vỡ lòng của người thầy bất đắc dĩ, tôi mới biết là nói tiếng Mỹ cho đúng giọng thật nhiêu khê dường nào!

Tháng Mười Một, mùa đông vừa đến và tuyết đã bắt đầu rơi mù mịt. Chạy ùa ra ngoài hứng từng cánh tuyết mỏng tanh bay bay, rồi nhìn nó tan vội trong lòng bàn tay mà tôi cứ ngỡ mình là nhân vật trong phim bác sĩ Zhivago. Cây cành tuyết ôm trắng xóa, chao ơi, đẹp quá chừng là đẹp, một vẻ đẹp im ắng, lạnh lùng!

Khi tuyết mới rơi trời thường không rét lắm, nhưng khi tuyết tan kèm theo gió hiu hiu thổi tôi mới thấm thía cái giá buốt như thế nào. Bao nhiêu quần áo ấm cũng không ngăn được hàm răng đánh bò cạp khi lội trong tuyết đến trường. Có những lần bị sụp hố xém què chân, hay trượt té muốn bể bàn tọa cũng vì tuyết trắng ở xứ người.

Những ngày nghỉ học ở nhà, tôi hay dán mũi vào khung cửa sổ để nhìn ra đường. Từ nhà ở trên đồi cao nhìn ra Freeway 15 phía xa xa, lâu lâu mới thấy có một chiếc xe chạy qua. Ngoài trời một màu trắng mênh mông, những hàng cây gầy gò trơ cành trụi lá đứng chôn chân trong tuyết, hắt hiu ngắm làn khói xám hờ hững tỏa nhẹ từ lò sưởi trên những nóc nhà hàng xóm, cảnh vật càng tăng thêm vẻ đìu hiu cô quạnh, buồn ơi là buồn!

Tôi thả hồn theo bánh xe lăn, miên man mơ về miền nắng ấm. Hơi thở đọng mờ trên cửa kính, tụ lại thành giọt rồi lặng lẽ lăn dài như nước mắt chảy xuôi. Hình như nó cũng biết buồn với tôi, một đứa ưa nhộn nhịp giờ phải giam mình trong tiết trời đông giá lạnh. Cái lạnh bên ngoài không bằng cái lạnh trong lòng. Tôi nhớ nhà, nhớ bạn bè, nhớ vạt nắng vàng như hoa cải mỗi khi đông về ở quê tôi. Tôi lẩm bẩm câu thơ của Nguyễn Bính "quê nhà xa lắc xa lơ đó, ngoảnh lại tha hồ mây trắng bay" mà hồn như lịm chết. Nhớ nhà, nhớ quê quá!

***

Đất không lành chim không thèm đậu. Tôi cũng như chim, sau một năm chịu đựng cái lạnh kinh hồn của mùa Đông xứ muối, tôi bỏ Utah, dời về Bắc California, rồi chỉ sau một năm tôi lại làm thêm một chuyến "Hành Phương Nam", xuôi về thủ đô tỵ nạn của người Việt, được coi như xứ nắng ấm tình nồng. Dần dà tôi cũng làm quen và hội nhập được vào đời sống nơi đó. Được học hành, được đi làm, được lập gia đình riêng rồi có con có cái.

Rồi mười mấy năm sau, vì công ăn việc làm, tôi cùng gia đình lại một lần nữa khăn gói về Florida xây tổ ấm mới. Càng ngày tôi càng nhận ra dù ở tiểu bang nào cũng vậy, xứ Mỹ quả là thiên đường, xứ sở cho trăm hoa đua nở, cho tài năng phát triển.

Có dịp về lại quê hương, nhìn lại đời sống hiện tại của những đứa bạn xưa, tôi càng thấy rõ điều đó hơn. Bạn bè tôi học hành giỏi dang hơn tôi, nhưng vì những điều tế nhị không tiện nói ra mà tương lai mờ mịt, bấp bênh. Sự so sánh tưởng chừng chông chênh, nhưng nếu nhìn cho thật kỹ, thì quả là như vậy. Tôi ước ao nếu tụi nó có được may mắn như tôi, thì Hoa Kỳ sẽ có được biết bao nhiêu là nhân tài nữa. Uổng quá chừng!

Tôi "xin nhận nơi này làm quê hương", và xin cám ơn nước Mỹ đã dang rộng vòng tay cưu mang gia đình tôi, đồng bào tôi từ những ngày đầu bơ vơ lạc lõng. Thiên đường là đây, sống chết gì tôi cũng sẽ mãi ở nơi này, dù hè sang ngút ngàn nắng cháy hay đông về tha hồ tuyết trắng bay...

HẠNH PHÚC CỦA NGƯỜI ĐÀN ÔNG
"BIẾT" NẤU ĂN

– "Ngày mai ăn gì, em?"

Câu hỏi này theo tôi phải được bình chọn là câu hỏi khó trả lời nhất trong năm cho những người nội trợ tài tử hay "sếp cúc" bất đắc dĩ, như tôi chẳng hạn.

Tôi là người ghét nấu ăn nhất. Ghét kinh khủng. Có lẽ ngày xưa mỗi lần tôi lò dò xuống bếp, lúc thì xem má nấu cơm, khi thì lom lom nhìn má làm bánh, nấu chè, thì thế nào cũng bị bà khua đũa bếp bảo, "đi, đi ra chỗ khác chơi. Chỗ này là bếp núc dành cho đàn bà con gái, bộ tính học để làm mọi cho vợ hay sao mà chui xuống đây!". Tôi cười he he, dợm bước né chiếc đũa, tay không quên nhón một món gì đó bỏ vào mồm nhai nhóp nha nhóp nhép. Từ đó tôi mặc nhiên xem chuyện nấu nướng là chuyện của phụ nữ, những đấng mày râu không nên xía vô.

Sau này mấy chị và em tôi thay má lo chuyện cơm nước trong nhà, nhiệm vụ của tôi là chẻ củi, gánh nước đổ đầy mấy cái lu. Chỉ vậy thôi mà tôi cứ than trời trách đất hoài. Đến giờ cơm tôi mới vác mặt về, lua cho căng bụng rồi buông đũa, co giò dọt đi chơi chỗ khác. Chén bát hình như tự nhiên nó sạch sẽ, chứ tôi chẳng hề quan tâm ai sẽ là người lau rửa, dọn dẹp sau mỗi bữa ăn.

Qua tới Mỹ tôi vẫn cứ chứng nào tật đó. Nghĩa là ai đi chợ thì đi, ai nấu gì nấu, miễn sao cứ tới bữa là có cơm cho tôi ních là được. Lúc này tôi có khá hơn một chút rồi, ăn xong còn biết phụ bưng chén đũa cho vào bồn, lau được cái bàn, còn ai muốn rửa thì cứ việc rửa, nếu không hãy để đó cho người hành tinh xuống lo, tôi không thèm thắc mắc mảy may.

Ngày vui lúc nào cũng qua mau để mối sầu ở lại: ngày tôi lấy vợ tự dưng đến.

Sau ngày cưới tụi tôi ra riêng. Ngày dọn về tổ ấm mới, tía má đem đến cho vợ chồng tôi một bao gạo, một thùng nước và một hộp muối, chắc là mong cho chúng tôi lúc nào cũng đầy đủ lương thực chính yếu cho cuộc sống mới. Nhưng tôi lại nói diễu với vợ tôi là ông bà biết tính thằng con, cứ việc cho nó ăn cơm với muối, sau đó uống nước là no, khỏi mất công nấu nướng chi cho nhiều món, mệt!

Vợ tôi hừ một tiếng:

- Bây giờ tới phiên tui dạy ông, để coi ông còn hư thân nữa không cho biết!

Tôi thương vợ lắm, nên mỗi khi có dịp đi chợ tôi dành đẩy xe trong lúc bà xã giảng giải là con cá này sẽ nấu gì, miếng thịt kia sẽ làm món chi, bó rau như thế nào là ngon để nấu canh, vân vân và vân vân. Tôi giỏng tai ra nghe hòng cố nhớ để sau này có dịp thực hành. Về đến nhà là vợ tôi bày biện ra để chuẩn bị cho bữa cơm, còn tôi phụ vợ lặt rau, lăng xăng này nọ. Bữa cơm của gia đình riêng cũng ngon lành lắm. Ăn xong tôi phụ rửa chén, tôi rửa đi vợ tôi rửa lại. Cái vụ rửa chén chung là do tôi "sáng tác" từ lúc chưa cưới nhau, bây giờ phải ráng mà đeo đuổi, bụng cứ ca cẩm tại sao ốc chưa lo thân ốc mà còn làm cọc cho rêu!

Nhiều lần vợ để tôi thử trổ tài đầu bếp, tôi mới cám cảnh nỗi cực nhọc của việc nấu nướng như thế nào. Nào mắm nào muối, nào thịt nào cá, nào rau nào củ, tất cả mọi thứ rối tung lên, tôi không biết nên bắt đầu từ đâu để có được tô canh hay dĩa thịt xào như mình từng được ăn qua. Được vợ hướng dẫn từng tý một, tôi mới vỡ lẽ ra nấu ăn là một nghệ thuật, là cả sự đam mê, giống như họa sĩ pha màu khi vẽ tranh vậy. Nhìn hiền nội mà tôi thường gọi đùa là hiền thấy ... mụ nội thưởng thức món ăn do chính tôi nấu lấy, tôi cứ thấp tha thấp thỏm vì chả biết mình nấu nướng có giống ai không! Vợ tôi có tính rất lạ, ngon khen, dở phê bình tận tình lắm. Tôi gia giảm theo cách vợ chỉ, cuối cùng thì cũng đâu vào đó. Cái gì cũng vậy, vạn sự thường khởi đầu nan, nhưng vạn nan là tôi sẽ khởi đầu… nản, cái tính trời đánh thánh đâm của tôi xưa giờ là vậy.

Mấy đứa con lần lượt ra đời. Chúng nó lần lượt lớn, và thời gian cứ lần lượt trôi, để rồi tôi trở thành đầu bếp chính hồi nào cũng không hay không biết. Nhất là những năm sau này khi gia đình tôi chuyển về Florida sinh sống, vợ tôi đi làm về muộn hơn trước, tôi tan hãng sớm hơn xưa. Chiều về đến nhà tôi có quá nhiều thời gian rảnh rỗi, vợ sợ tôi như ngựa quen đường cũ nên trước khi đi làm thường để cho tôi một cái sớ Táo Quân dài thòng, trong đó có những việc cần phải làm ngay trước khi vợ về. Hãi hùng nhất là việc phải nấu ăn. Thiệt đúng là ghét của nào trời trao của đó.

Một tuần lễ là tôi phải vật lộn với ông Táo ít nhất là ba

bốn lần. Nào là nấu canh, chiên cá, ướp thịt, trộn rau, làm gỏi... Món nào tôi cũng kham được hết, nấu ngon(?) và lẹ nữa là đằng khác. Nhưng không hiểu tại sao kho thịt hay cá, tôi nấu dở cực kỳ. Có lẽ tôi không thích món kho nên tôi không chú tâm lắm, thành ra tôi nhường cho vợ tôi trị món này. Chưa kể cuối tuần không bún thì phở, không cháo thì bánh canh… Nói chung với những món ăn đơn giản thường nhật thì tôi có thể chu toàn tươm tất, còn nấu thịnh soạn theo kiểu nhà hàng thì "Buồn ơi! Ta chào mi" liền.

Vừa làm bếp tôi vừa hay miên man nghĩ đến ngày xưa khi tôi còn sống với gia đình. Ngày đó nhà không có tủ lạnh nên phải đi chợ hàng ngày chứ không có trữ thực phẩm như bây giờ. Nấu nướng gì cũng phải dùng củi. Nhóm được bếp lửa cũng là kỳ công rồi. Chưa nói đến nấu sao cho chín nồi cơm cũng qua hai ba giai đoạn chờ cơm sôi, chắt nước, vần xuống tro than, ôi sao mà nhiêu khê quá! Nhất là vào những ngày mưa bão, củi lửa ẩm ướt, má hay chị em của tôi chắc phải xoay xở cực nhọc lắm mới có được những bữa cơm ấm áp tình gia đình.

Bưng chén cơm nóng hổi tôi nào có hay biết đó chính là nỗi nhọc nhằn, là tình thương của má, của người thân gửi gấm vào đó. Đưa đũa gắp thức ăn, chưa khi nào tôi nhớ đến bàn tay lựa từng con cá, chọn từng bó rau để làm nên bữa ăn hàng ngày vừa ngon miệng, vừa bổ dưỡng nhường ấy năm, để nuôi tôi cho tới khi khôn lớn.

Càng nghĩ ngợi nhiều chừng nào thì một nỗi ăn năn càng dâng lên trong tôi nhiều chừng ấy, vì mình đã vô tình, không một lần biết cảm ơn với những sự thương yêu chiều chuộng như vậy.

Từ những nỗi niềm đó, tôi hay kể cho con nghe chuyện ngày xưa ở quê nhà, nội và các cô chúng nó đã đảm đang chuyện nội trợ ra sao. Mỗi lần nấu ăn là tôi kêu hai thằng con tới gần. Tôi sai đứa này lấy giùm cái rổ, đứa kia vo gạo nấu cơm. Tôi vừa làm vừa chỉ dẫn cho các con biết cách thức nấu nướng, nêm nếm. Bếp núc xứ Mỹ này hầu hết nhà nào cũng đều tiện nghi, thực phẩm đầy đủ nên nó giúp ích cho người đứng bếp rất nhiều. Nhưng nấu được một món ăn ngon miệng cần phải có một tấm lòng. Tôi muốn chúng nó hiểu được nỗi vất vả của người làm ra thức ăn. Đồng thời tôi cũng mong sao các con hiểu điều tôi truyền đạt là chuyện bếp núc không chỉ dành riêng cho phụ nữ, đàn ông vẫn phải gánh vác như thường. Vợ chồng trong nhà phải biết đỡ đần cho nhau, và biết nấu ăn là một trong những cách giữ gìn hạnh phúc.

Hạnh phúc ngời lên từ ánh mắt của vợ sau một này làm việc mệt nhọc, về đến nhà có cơm nóng canh sốt sẵn sàng.

Hạnh phúc từ những khuôn mặt rạng rỡ của con khi chúng khen ngon những món ăn mà chúng thích.

Hạnh phúc dâng lên trong tôi khi thấy gia đình quây quần bên mâm cơm đầm ấm. Tôi thấy tôi như loài dây chùm gởi, đang leo lên cây hạnh phúc của gia đình tôi.

HOA THÁNG NĂM, HOA TUỔI HỌC TRÒ

Chẳng hiểu ở những nơi khác phượng vĩ có dính dáng gì đến học trò, đến trường đến lớp như ở Việt Nam mình không, mà từ lâu, biết bao thế hệ học sinh cắp sách tới trường, chắc ít nhiều gì họ cũng khó quên loài hoa quen thuộc này, vì mỗi lần phượng ra hoa lại cùng thời điểm một năm học được kết thúc, là đến mùa chia tay.

Xa quê hương khá lâu rồi, vậy mà mỗi khi cái nắng nung người của tháng Năm làm phượng hồng bừng nở là nó lại thấy buồn buồn, một nỗi buồn vu vơ, nó nhớ lại những ngày hoa mộng của tuổi học trò, của tuổi hồn nhiên bút mực sách vở.

Thời đi học ở quê nhà của nó ngắn lắm, nhưng những tháng năm đó lại là khoảng thời gian có nhiều kỷ niệm sâu đậm nhất, để rồi khi viết những dòng hồi ức này, nó ngỡ như còn ngồi trong lớp học, ngoài kia là sân trường luôn rợp mát bóng cây bàng, cây phượng, và tai nó như đang nghe thấy tiếng ve sầu rền rĩ rủ rê mùa hè sang.

Nó không phải là con ngoan trò giỏi như chúng bạn, nên thay vì chăm chú nghe thầy cô giảng bài, nó thường ngóng qua cửa sổ, thả hồn theo hoa lá cỏ cây, thắc mắc sao hoa phượng lại có màu đỏ chót, thân nhánh của nó khẳng khiu mảnh khảnh, không như những hàng cây khác bệ vệ cùng đứng chung sân trường.

Để rồi khi tiếng trống thùng thùng điểm, nó vọt lẹ ra ngoài, trèo tót lên cây, bẻ từng chùm bông đỏ thắm thả xuống cho lũ bạn đang giơ nón hứng. Tụi con gái hay có trò lựa những cánh hoa nào đẹp nhất, tỉ mỉ ghép thành những chú bướm xinh xinh có cả hai chiếc râu cong vút, rồi âu yếm ép vào trong trang vở. Riêng nó, hoa phượng khi đó chỉ là cái cớ để được leo trèo phá phách, để được nhấm nháp cái vị giòn giòn chua chua của chiếc hoa cổ sặc sỡ, chứ nó chưa hề biết tương tư đến loài hoa ướp đầy nắng hè như sau này.

Có lần vói hái chùm hoa xa tuốt đầu cành, nhành phượng gãy cái rốp, nó nhong nhong từ trên cao xuống hàng rào kẽm gai, may mà không sứt tay gãy gọng, chỉ có ngón tay cái ghim vô cọng kẽm cứng ngắc. Nó bậm môi giựt ra, quấn giây chuối khô cầm máu rồi chạy về cho má sức thuốc, rồi được ăn thêm cán chổi chà kèm theo lời rầy rà :

- Mày cứ nhè giữa trưa đứng bóng mà leo lên mấy cây sau nhà trường, có ngày ma xô cho chết. Ở đó toàn là mồ mả không đó, Tây nó bắn người rồi chôn ở đó đó mày.

Ma quỷ đối với nó nhằm nhò gì mà nhát, bà già đâu có biết thằng con nghịch ngợm còn hơn cả quỷ sứ nữa.

Rồi đến khi hoa tàn rụng hết, chỉ còn lại những trái phượng già xanh ngắt lủng lẳng trên cành, nó chọn trái nào dài nhất, thẳng nhất, hái xuống dùng làm kiếm làm đao, cùng với lũ bạn thi triển những chiêu thức học lóm được từ những gánh cải lương thường về hát ở quê. Để rồi tàn cuộc, tất cả những kiếm khách đầu u trán sứt bá vai ôm cổ cười hê hê, đập… kiếm ra moi lấy hột ăn, hứa hẹn những cuộc Hoa Sơn Luận Kiếm khác vào một ngày không xa.

Năm tháng dần qua, trò trèo cây bẻ bông đã thành dĩ vãng, nó đã nhổ giò, đã biết len lén ngắm nhìn tụi con gái với đôi gò má hay ửng hồng màu hoa phượng rồi. Mặc dù bận bịu ôn bài vở chuẩn bị thi học kỳ hai mờ người, nhưng đám xí xọn chúa nhiều chuyện kia cũng đã đóng xong những cuốn lưu bút ngày xanh để chuyền tay nhau, nhắn nhủ nhau ghi lại những gì kỷ niệm của thời học sinh, dù phút lưu luyến chia tay còn lâu mới tới.

Đứa nào cũng chắt chiu để dành từng tập vở trắng nhất, rồi cặm cụi đạp xe lên thị trấn nhờ họa sĩ đóng hai ba cuốn thành một, khá dày, có bìa cứng hẳn hoi. Tranh bìa thường là cảnh cô gái nghiêng nghiêng vành nón lá, mái tóc dài e ấp thả sau lưng, hoặc là cô thiếu nữ trong tà áo dài trắng, chăm chú ngồi đọc cái giống gì trong quyển vở chả có chữ nào, luôn mở sẵn để trên đùi. Nhưng vẽ gì thì vẽ, nhất định cũng phải có cành hoa phượng ngẩn ngơ nở hồng trong ngàn lá xanh um mới chịu.

Nó cũng được nhỏ Lan dí cho cuốn lưu bút, giọng nhẹ như hơi thở :

- K. đem về viết vài dòng nghen, để mai này còn nhớ nhau, nhớ đến tình bạn của tụi mình khi còn chung trường chung lớp nghen.

Nó hí hửng ra mặt, dự định sẽ vẹo mồm nắn nót viết những lời bồng bế nhất. Nhưng xui cho nhỏ, tình cờ nó nghe được nhỏ dụ khị đứa bạn khác, cũng na ná câu nhỏ nói với nó. Nó căm lắm, đâu phải nhỏ dành riêng cho nó sự đặt biệt đâu trời!

Thế là khi nhận lại cuốn sổ, mới lật lật vài trang, nhỏ biến sắc, mặt mũi xanh lè hơn lá phượng, câu lục bát giun bò cò mửa cực kỳ cà pháo của nó nằm chình chình trong đó:

Biết viết gì đây, viết gì đây
Để ghi, để nhớ những ngày sắp xa?
Thôi thì nhái đỡ lời ca
Mỗi năm đến hè là Lan có bầu
Chín mươi ngày qua đẻ ra thằng... Khâm.

Khâm là tên bạn học mà cả lớp thường cáp đôi với nhỏ Lan.

Nhỏ ngước lên nhìn nó với đôi mắt... mang hình viên đạn, nước mắt chảy dài, rớt xuống trang giấy làm mực viết lem loang lổ, như vết lem đầy tội lỗi của nó.

Chế lời bài hát Nỗi Buồn Hoa Phượng, chỉ nghĩ là chọc ghẹo chơi cho vui, ai ngờ nó làm buồn lòng bạn nó, cho dù nó đã đền cuốn sổ khác dày hơn, đẹp hơn, nhưng nỗi hối hận vẫn chưa mỏng đi, vẫn còn dày cộm mãi đến bây giờ.

* * *

Bỏ trường bỏ lớp, xa thầy xa bạn, nó như cánh bèo trôi dạt long đong tận nơi quê người đất khách. Nó cắp sách đi học lại, vật lộn với bài vở, với đời sống mới nhiều lạ lẫm. Vậy mà mỗi khi tháng Năm hạ về, khi phượng tím ở Nam California bâng khuâng nở rộ, hoa tím rụng đầy lối đi, tím cả sân cỏ quanh khuôn viên nhà trường, màu tím mộng mơ đó khiến nó liên tưởng đến màu phượng đỏ ở quê nhà. Nó nhớ tiếng ve râm ran gọi hè, nhớ tiếng gió thầm thì trên tàn cây phượng vĩ của ngày nao quá.

Ngày xưa đi học nó không "khắc nỗi nhớ lên cây", mà nó khắc sâu vào trong tâm trí. Những tưởng cánh phượng hồng mãi mãi chỉ còn là kỷ niệm, nào ngờ sau này nó chuyển về Florida, tiểu bang cực Nam của nước Mỹ, hè sang lại hồng lên sắc phượng, phượng nở đầy trời, phượng nở bát ngát mênh mông.

Nhân dịp có người quen làm ở đài truyền hình tận chốn xưa cần vài hình ảnh để làm phóng sự về phượng Tím Califonia, phượng đỏ Florida, nó vác máy dẫn con theo, ngóc cổ chụp hết cây này đến cây khác mà quên cả mồ hôi mồ kê nhễ nhại. Dang nắng cả giờ với ông già tía, thằng con chán quá nên níu áo đòi về, nào biết tía nó đang bồi hồi với "cố nhân", với trường xưa bạn cũ, với những niềm riêng chất ngất trong lòng...

***

Nhà anh nó còn khoảnh sân trước khá rộng, cần thêm cây che mát nên nó gợi ý kiếm cây phượng vĩ về trồng. Không ngại đường xa, hai anh em mất gần cả ngày trời mới đem được cây phượng tí ti như chiếc đũa về. Hì hụi trồng mà mơ chỉ dăm ba năm nữa thôi nơi này sẽ rợp bóng mát, để hè về có ve sầu hòa tấu trong ngàn lá, có sắc thắm hoa phượng như ở quê hương.

Nào ngờ khi cây cao tới ngực thì bị bứng lên bỏ, với lý do không hợp phong thủy.

Cây phượng mới hôm nào hãy còn xanh tốt, bây giờ khô quéo cả lá cả rễ, nằm chèo queo bên góc nhà chờ xe rác tới lấy. Nó giận điếng người, nó buồn như chó đói. Đành rằng mỗi người mỗi sở thích, mỗi kiêng kỵ khác nhau, nhưng sao đành lòng hất hủi cây cỏ dễ dàng như vậy hở trời!

Giữ nỗi ấm ức hoài sợ bể bụng, nó san sẻ chuyện không mấy gì vui đó với bạn, người từng một thời tận tụy với bục giảng phấn trắng bảng đen, từng một thời mến cây cỏ hoa lá sân trường. Bạn nó bùi ngùi :

- Hay là ông mang nó về, cho nó miếng đất, miếng nước, biết đâu chừng nó sẽ sống lại thì sao!

- Nhà tui hết chỗ để trồng rồi bà ơi!

- Thì cứu nó sống lại cái đã, rồi ông cho tui, tui trồng giùm cho.

Nghe lời bạn, nó trồng cây phượng ngoắt nghẻo vào chậu, vừa tưới vừa vỗ về, mong cây đừng chết. Chưa tới một tuần, cây phượng xấu số đã nhú mầm, từng nhánh lá non ra xanh tốt trở lại, nó đã hồi sinh. Và sân vườn nhà bạn có thêm cây mới, cây phượng bị rẻ rúng ghẻ lạnh đã tìm được nơi xứng đáng hơn rồi.

***

Hạ đến, mời em ghé lại thăm
Đỏ thắm nơi này phượng tháng Năm
Gợi nhớ trường xưa, thầy bạn cũ
Một thời áo trắng quá xa xăm...

Có ai biền biệt ly hương mà không khỏi chạnh lòng với những gì thân quen đã trở thành xa xưa cũ kỹ. Nó cũng vậy, nhất là vào mùa lửa nhóm đỏ rực trên những tàn cây phượng vĩ, mùa ve gọi hè về gợi nỗi nhớ bâng khuâng, để ở nơi xa mà ngỡ thật gần, sao mà nó nhớ nó thương về những tháng ngày vô tư quá!

Giờ này chắc học trò, thầy cô đều đã nghỉ hè, trường lớp im lìm vắng lặng rồi. Ước gì nó được thơ thẩn dạo quanh sân trường, thả hồn vào không gian yên ắng, để hỏi thăm hàng phượng hồng rưng rưng nở, để nghe rền rỉ tiếng ve ngân. Nó ngỡ như còn nghe tiếng trống trường xa gần, tiếng thước bảng gõ nhịp trên bàn, hòa với tiếng ê a đọc bài của các em lớp dưới, hoặc có tiếng nô đùa của bè bạn quanh đây. Hình như nó đang trông thấy gió đuổi lá khô lẫn với xác phượng rụng đầy, tao tác chạy dồn quanh sân, xào xạc...

HƯƠNG LÀI TRONG BÚI TÓC

(Ngày mai là ngày lễ Mẹ, đêm nay tôi viết bài này để tặng cho người đã sinh ra anh chị em chúng tôi.)

***

- Em! Thử ngửi coi mùi này là mùi gì, em đoán được là hay lắm đó? -Tôi đưa nắm tay sát mũi vợ, cười cười hỏi.

- Không biết, mùi gì thơm vậy?

- Bông lài đó! Em còn nhớ bụi bông lài mà tụi mình đem từ Cali qua đây hông? Nó ra bông nữa rồi, thơm quá chừng luôn em ơi!

Tôi hí hửng khoe với vợ nắm bông lài trắng như bông bưởi mà sáng nay ra vườn kéo vòi tưới rau và hái được. Chỉ vài cánh hoa nhỏ xíu mới nở còn rung rinh trong gió sớm thôi, vậy mà hương thơm của nó từ ngoài vườn theo tôi vào đến tận trong nhà. Mùi thơm quen thuộc đó không lẫn với bất cứ mùi gì khác, nó dìu dịu thơm, làm sảng khoái chứ không gây nhức đầu, ai đã một lần nghe qua chắc không sao quên được.

Nắm nhẹ mớ bông trắng vào lòng bàn tay, tôi đưa lên mũi hít. Chao ơi, sao trên đời này lại có mùi thơm lạ lùng, thơm như hơi cơm gạo đầu mùa vừa chín tới vậy cà! Nó làm tôi tự dưng đói bụng, và nó cũng làm tôi xốn xang một nỗi nhớ, nó dẫn tôi trở về với những ngày tháng xa xôi, nơi có nhiều kỷ niệm êm đềm của cái thời tuổi mới mười lăm, mười sáu....

***

Trước ngõ ngôi nhà từ đường của nội tôi để lại có một bụi bông lài khá lớn, nằm sau hàng rào kẽm gai, cạnh hương lộ chính cũa xã mà mọi người thường qua lại. Chẵng biết tía hay chị hai tôi trồng từ lúc nào, mà mãi khi tản cư về quê, lúc thật sự sống ở đó tôi mới để ý đến nó.

Hình như bông lài cho hoa quanh năm, nhưng cứ vào dịp này, khi trên những tàn phượng vĩ trong sân trường trổ bông đỏ thắm, khi ve sầu râm ran báo hiệu hè về là lài rộ bông. Cứ từng chùm đầy những búp trắng ngà chen nhau giữa những khóm lá xanh thẫm, để rồi nửa khuya sương xuống ướt mềm, từng cánh hoa xinh xinh thi nhau nở bung, tỏa hương thơm ngát.

Tía tôi thích uống trà lắm, nên sáng nào cũng phải có ấm trà cho ông nhâm nhi hay để đãi những ông bạn già hàng xóm qua chơi. Không cần ông nhắc, tôi thường hay hái những búp bông mới nở còn ngậm kín hương thơm, rửa sạch rồi bỏ vào bình pha trà cho ông uống. Tôi chưa được biết trà mạn sen ngon ra sao, nhưng rất thích thú khi nhìn ông trầm ngâm bên tách trà đang thở khói nhè nhẹ, chậm rãi uống từng ngụm nhỏ, như ông đang uống cả hương hoa vào lòng.

Chắc cũng ghiền uống trà phải có thêm bông lài mới được, nên ông Tư ở tuốt tuột xóm dưới, bất kể trời mưa hay gió, sáng nào nhất định cũng lội bộ lên nhà tôi, đứng trước hàng rào vói hái vài nhúm bông về để pha trà, mặc cho tôi làu bàu "bông của nhà người ta mà cứ hái hái". Tội nghiệp, bị càm ràm mà ông vẫn hiền từ nói:

- Cho bác xin vài bông đi mà. Để nó rụng hết uổng lắm con!

Và cũng ở nơi đó, những đứa bạn học của em tôi từ làng bên ngày hai buổi qua làng tôi học, đi hay về tụi nó thường ghé lại, đứa hái bỏ vào cặp, đứa hái cài lên tóc. Tui ghét ơi là ghét những đứa con gái nhỏng nha nhỏng nhảnh hay làm dáng làm điệu, có lần tôi rình rình chộ "con nhỏ hay cười" đang kiễng chân hái rồi cầm cuống hoa xoay xoay, chun chun mũi hít.

- Nè, ai cho hái trộm bông đó?- Tôi đằng hắng lên tiếng.

- Hái có mấy cái bông làm gì dữ dị! Nhỏ giật mình rồi dúi dụi vào đám bạn, vừa quay lưng đi vừa cười rinh rích.

Quái lạ ghê ta ơi, tội hái trộm bông tôi còn chưa kịp bắt đền, nhỏ hỏng sợ mà còn dám cự lại nữa chớ!

Vào những đêm hè thanh vắng, trời đứng gió nên oi nồng, ngủ trong nhà nóng quá, nên tôi thường cùng hai đứa bạn thân lau nền xi măng ở sân trước cho thật sạch, rồi treo mùng nằm khoèo ra đó ngủ cho mát. Hoa lài nở, hương lan đến tận chỗ nằm, cả bầu không khí như ướp đẫm hương đêm.

Rồi có lần nửa đêm khuya lơ khuya lắc, giật mình giụi mắt, tôi nhìn ra sân, hình như có mấy bóng trắng ngồi sát bên nhau như đang rủ rỉ rù rì dưới ánh trăng sáng nhờ nhờ khi mờ khi tỏ.

Sáng ra thấy mấy chùm bông trắng toát, to lớn khác thường đang chụm vào nhau, đong đưa. Tui rùng mình nhớ lại chuyện đêm qua. Kể lại cho má tôi nghe, bà nói những hoa nào mà nở về đêm như dạ lý hương hay hoa lài thường mang âm khí, chắc là tôi gặp ma rồi.

- Tụi con trong nhà không ngủ, cứ ra ngủ ngoài sân, coi chừng có ngày ma rinh đi thì chết à! - Bà rầy rà.

Tôi biết bà chỉ nhát ma cho tôi sợ thôi, chứ thật tình tôi không tin vào những điều ma quái đó.

***

Ngày còn son trẻ tóc má tôi dài và dày lắm. Cũng như các phụ nữ thời xưa, bà cũng búi tóc như ai. Mười lần sinh nở, mái tóc của bà ngày một thưa dần, nên mỗi khi cần làm đẹp, bà thường dùng lọn tóc giả búi cho đầy búi. Bà từ tốn chải tóc bằng chiếc lược đồi mồi cũ kỹ đã gãy mất mấy răng, lựa vài cánh hoa lài mới nở ép vào trong tóc, rồi chậm rãi quấn tròn lại thành búi sau ót, xong xuôi bà lấy chiếc bọc lưới cùng màu với tóc, nắn nót bao lại cho chặt chẽ. Chắc má tôi yêu hoa lài lắm, cho nên quanh bà lúc nào cũng nghe lãng đãng một mùi thơm, bình dị như mùi thơm của quê hương.

***

Dọn nhà qua đây ở đã hơn mười ba năm rồi, cây bông lài tôi mang theo trồng ở góc vườn vẫn còn đó, vẫn thủy chung cho tôi những nụ hoa tinh khiết quanh năm. Ngày ngày ra thăm vườn, vun xới cho cây rồi nhặt lấy đôi ba cánh mong manh rụng đầy dưới gốc, nhìn những chùm hoa mới nở đêm qua đã vội lìa cành, tôi chạnh nhớ lại những chuyện của ngày nao, cũng mới đó mà giờ đã thành quá khứ xa xăm.

Bồi hồi nhớ lại búi tóc giả của má tôi, nhớ bà hay rầy rà mỗi khi tôi nghịch ngợm lấy nó kẹp chặt vào đùi để đi ngựa, hoặc đeo dưới cằm giả làm râu, bắt chước những ông tướng tuồng Tàu trong những gánh cải lương thường về làng hát.

- Tóc má búi trên đầu mà con chơi như vậy, coi thử có được không con!

Không biết lọn tóc ngày đó giờ ở đâu, khi mà hiện giờ tôi không còn nhớ nổi tóc má chớm bạc rồi trắng như lau, để rồi cắt ngắn đi từ lúc nào. Đôi lúc muốn tìm, muốn hỏi, nhưng người đã đi xa rồi, biết hỏi biết tìm ở đâu nữa bây giờ.

Tìm đâu ra những tháng ngày thơ mộng, nơi có những nụ cười trong trẻo của tuổi học trò, của lứa tuổi hồn nhiên hái hoa bắt bướm, nhìn đời luôn thơm phức trong veo.

Tìm đâu nữa những lần ưa trộm nhìn má ướp hoa lài vào tóc, hay thấy tía trầm ngâm bên tách trà ngan ngát hương lài vào những buổi sáng tinh mơ trong ngôi nhà xưa cũ.

Có người xa quê, tần ngần hái nắm lá me non vô nấu canh chua mà rưng rưng nỗi nhớ nhà nhớ má đến quay quắt.

Có người vợt được mớ cá Smelts ở Ngũ Đại Hồ mà lay lắt mơ về trách cá cơm mẹ thường kho tiêu, những con cá được đánh bắt ở biển quê nhà.

Tôi nào có khác gì đâu, chỉ nhúm bông lài nhẹ tênh trong bàn tay mà nghe ngút ngàn nỗi nhớ, nặng lòng hoài với hương lài trong búi tóc của má tôi.

LAN MAN VỀ CHUYỆN NỒI NƯỚC XÔNG

(Xin tặng cho tất cả những người con còn hay không còn Mẹ, trong mùa Vu Lan báo hiếu này.)

***

Ở Mỹ này, việc xông hơi bằng đủ các loại lá thơm, hoặc nhờ người cắt lể theo cách chữa bịnh có từ lâu đời của dân gian phải nói là rất hiếm hoi, nhất là việc trân mình chịu đựng những miểng nhọn lỉa vào da thịt, vì nó chẳng những mất vệ sinh, mà còn nguy hiểm đến tính mạng.

Do đó, bạn còn nhớ lần sau cùng bạn được nấu cho rồi nước xông thơm lừng mùi lá, và từ bao lâu rồi bạn chưa ngửi được mùi lá trầu xanh vò dập, xát lên hai bên màng tang, lên lưng sau khi được cắt lể, mỗi khi thấy trong người không được khỏe là từ lúc nào không?

Riêng nó, dù có lục tung cả đầu ra, thì cũng không tài nào nhớ chính xác cho nổi, chỉ biết rằng khi cảm thấy xìu xìu ểnh ểnh là nó lại thèm được xông, để rồi lại nhớ đến nồi nước xông của ngày xưa đến quay quắt.

Như hôm nay, sau mấy ngày sáng dầm mưa trưa dang nắng, nó lử đử lừ đừ như con chó ốm, ăn uống cái gì cũng chẳng thấy ngon miệng, tự dưng nó ao ước được trùm mền ôm nồi nước xông, được nhõng nhẽo với vợ, vì như người ta thường nói một câu rất đỗi huề tiền: "Người đàn ông yếu đuối nhất là khi họ không khỏe".

Cho nên, nhác thấy bóng vợ đi làm về, nó giả bộ cất giọng thều thào như tiếng vọng từ cõi âm ty, "em nấu giùm anh nồi nước xông nghen, anh bịnh rồi!"

Rên rĩ làm màu mè vậy thôi chứ nó chả có bịnh tật gì trầm trọng. Chỉ ê ẩm mình mẩy chút chơi cho vui, nên thấy trời chiều đang mưa tí tách, không đành lòng để vợ đội mưa, nó tự xách đèn pin ra vườn, lò dò nhổ vài bụi sả, ngắt ít lá ổi, rứt thêm mớ lá chanh, nhiêu đó cũng tạm đủ cho nồi lá xông rồi, chớ ở xứ này thì đào đâu ra ngải cứu với hương nhu, như ngày nào còn ở quê nhà, mỗi lần cần xông là chạy u vô nhà chú Năm để xin.

Đem hết mớ lá còn ướt sũng nước mưa vô nhà, nhờ vợ rửa sạch, bỏ vô nồi, chế nước vô rồi bắt lên bếp. Khi nước sôi đã thở phì phì, liếm nắp nồi lạch cạch lạch cạch, vợ nó nhắc xuống để giữa nhà, kêu nó cởi áo, chỉ còn trần xì cái quần đùi, ngồi chàng hảng ôm lấy, rồi trùm mền kín mít, việc còn lại của nó là từ từ he hé nắp nồi để tận hưởng cái... thú đau thương.

Mùi lá xông thơm phức cộng với làn hơi nước nóng hổi bốc lên, dù khoan khoái dễ chịu lắm, nhưng nó vẫn rên hừ hừ như sắp chết đến nơi. Biết tỏng là nó đang diễn tuồng, vợ nó làm mặt nghiêm dặn chừng:

- Ngồi im nha, loay hoay cựa quậy là phỏng ráng chịu à!

Nghe hù, nó hãi quá nên đành ngồi chịu trận, mà cứ bâng khuâng hoài, vì hỏng biết vợ sợ nó bị phỏng cái giống gì.

Tâm viên ý mã, ngồi im như tượng mà đầu óc nó chạy nhảy lung tung. Thoáng một cái là nó đã về với những ngày tháng xa xưa, lúc nó hãy còn là thằng nhóc tì mũi dãi chảy đầy, hay quệt vào tay áo.

Cũng với nồi nước xông giống như bây giờ, cũng mưa đêm hiu hắt ngoài hiên, cũng ốm đau sầu não, nhưng lại qua bàn tay chăm sóc dịu dàng của má nó.

Ngày đó, mỗi lần ốm yếu là nó hay làm trận làm thượng với bà dữ lắm. Mới sổ mũi nhức đầu có một tẹo là nó đã nằm vạ, cố tình rên hừ hừ để được hỏi han chăm sóc. Bà già lo đi kiếm lá đã đời, lụi cụi nấu xong nồi nước xông, nhưng nó làm eo không chịu chui vô mền, đợi bà năn nỉ đã đời, "con chịu khó xông cho giải cảm, lát má bằm thịt nấu cháo cho ăn".

Ta nói nó nhõng nhẽo bà can luôn, cháo trắng ăn với muối là chê, đòi cho được cháo thịt hay cháo trứng nó mới chịu. Trong lúc nó "đau khổ" xì xụp húp cạn láng hết tô cháo bự bành ky, má nó ngồi ngắm con mà cười tủm tỉm, không ai hiểu con bằng mẹ. Đúng là thằng con Lựu Văn Đạn.

Rồi cũng có khi má nó nhờ chị chín Đèo ở xóm dưới lên cắt lể cho nó. Chị nghèo lắm, quanh năm làm thuê làm mướn cho người ta. Nhớ đến chị là nó nhớ đến cây nhàu trồng trước nhà, có thứ trái mà lần đầu tiên nếm thử là nó dội ngược, không cách nào nuốt nổi, vì mùi vị của nó khủng khiếp vô cùng, y chang như xà bông trộn với chuối hột chín, vừa lổn nhổn vừa cay nồng, trên đời này hình như chưa có thứ trái cây nào quái đản như vậy. Vậy mà chị lại ăn ngon lành, trái còn sống hay chín chị đều ăn với muối hột, vì "nó có bài thuốc". Có ai biết bởi nhà quá nghèo, nên chị phải ăn tất cả những gì có thể ăn được, miễn sao no lòng.

Chị cắt lể mát tay lắm. Chị luôn có túi vải nhỏ, trong đó khi thì hộp dầu cù là khi thì lọ dầu Nhị Thiên Đường và miếng chén mỏng. Chị chỉ cần ghè nhẹ miếng sứ đó là có được vài mẫu nhọn hoặc, bén ngót như dao lam. Chị thoa dầu sát trùng cẩn thận xong mới tần mần cắt lể cho nó.

Lể một mũi ở giữa chân mày, mũi ở hai bên thái dương, mũi dưới cằm, chị nặn nhẹ, lấy bông gòn chậm máu, thoa dầu nóng rồi nhẹ nhàng xoa xoa ngay chỗ dấu cắt. Đàng sau lưng nó chị cũng cũng làm y như vậy, rồi chị vò lá trầu xanh, xát đều cùng lưng cùng cổ.

Mùi thơm của lá trầu, của dầu nóng, qua bàn tay êm dịu của chị làm cho con bịnh bỏ chạy mất tiêu. Nó cảm thấy sảng khoái hẳn ra, hết còn la chí chóe mỗi khi miếng miểng chén chưa kịp đụng vào da thịt. Chị thu dọn đồ nghề, kéo tai nó một cái:

- Lần sau hổng đau mà la là tui lể dô mỏ à!

***

Nồi nước đã bớt nóng, mồ hôi mồ kê ướt cả người. Nó lấy khăn lau mặt, nhưng hơi nước vẫn còn đọng trên mắt, lau hoài mà mắt vẫn chưa chịu khô.

Nó như vẫn còn nghe được mùi lá trầu thơm nồng, mùi dầu nóng quen thuộc, với dáng người ôm ốm cao cao đang đứng trước cửa ở ngôi nhà tranh vách đất, có cây nhàu sai trái trước sân, hiền từ nói với nó:

- Em dìa nói với má chút chị Chín lên liền.

Cũng như nó đang mơ hồ nghe thấy mùi cháo thịt có thật nhiều hành ngò, nhiều tiêu thơm thoang thoảng quanh đây. Nó ngỡ như còn nghe được tiếng tiếng bước chân nhẹ êm đến bên cạnh, bàn tay ấm mềm lòn vô mền, lau khô mình mẩy cho con.

Tháng Bảy âm lịch trời rả rích mưa Ngâu, nó bâng khuâng trải sầu lên nỗi nhớ. Nhớ nồi nước xông, nhớ chén cháo thịt, nhớ bàn tay cắt lể của ngày xưa, rất đổi bình thường nhưng lại chan chứa biết bao ân tình, lưu luyến.

Bưng nồi nước bỏ vô bồn rửa chén, nó thầm thì vào tai vợ, "anh cảm ơn em", mà tưởng như đang cám ơn với cả những người đã đi xa. Chỉ một câu đơn giản vậy thôi mà ngày xưa nó chưa hề biết nói ra...

MÙNG TƠI GỢI NHỚ NẮNG HÈ

Mua bó rau mùng tơi về cho bà xã nấu canh, tui giữ lại những gốc già, đem ngâm nước. Chỉ độ tuần sau là đã thấy nó nhú rễ trắng phau. Đợi cho rễ ra dài thêm một chút, tui đem ra vườn trồng, chăm tưới mỗi ngày và chỉ chừng non tháng là mùng tơi ra lá vươn vòi.

Làm cho nó cái giàn nho nhỏ, thấp lè tè, vậy mà nó không những đã leo phủ kín giàn mà còn muốn với tay lên những cây ớt, cây dâm bụt bên cạnh để trèo lên cao thêm. Chụp vài tấm hình, gửi khoe với bạn tui, rồi nhận được câu móc họng làm tức trào máu:" Rau nhà hàng xóm của ông tốt ghê hén!"

Mùa này là mùa mưa, đám mùng tơi tắm mưa đã đời nên chúng tranh nhau trổ lá non xanh tốt, hứa hẹn cho những tô canh rau mát lòng vào những ngày hè ngút nắng.

Chỉ chừng nhiêu đó gốc rau thôi, vậy mà hái hoài, nấu canh hoài vẫn không hết lá. May nhờ có giàn khổ qua siêng ra trái, cho nên cũng thay đổi món canh cho bữa cơm thường ngày đỡ ngán.

Chẳng hiểu sao cũng tôm tươi đó, cũng hành tiêu mắm muối đó, vậy mà đem tôm băm hay quết nhuyễn rồi nấu canh vị lại không ngọt ngào bằng tôm trở dao đập dẹp. Nhìn bà xã cho hết mớ tôm bị dao đè bẹp vô cái tô nhỏ, thêm chút tiêu, ít hành tím xắt vụn, tí bột nêm, xịt nước mắm ngon vào rồi trộn đều, tui nghiệm ra rằng để nấu được tô canh ngon chắc cũng không dễ dàng gì. Khi nồi nước đã được dằn thêm ít muối bắt đầu sôi lăn tăn, vợ tui trút hết tô tôm vô rồi đảo nhẹ.

Đợi thêm chút nữa, chờ cho nước canh sôi trở lại, bà xã nhúm từng nhúm rau đã được cắt nhỏ cho vô nồi, đợi rau chín tới vớt bọt thật kỹ rồi tắt bếp. Múc canh ra tô, rắt thêm tí tiêu vào là đã sẵn sàng cho bữa cơm ngon lành của gia đình. Nhìn tô canh mới nấu xanh um màu rau tươi, nước trong veo, điểm thêm màu tôm đỏ hồng trong làn khói thơm lừng bay nhè nhẹ, tui nghĩ là có thể lua một hơi được bốn năm chén cơm chan canh đầy ắp.

Cách nấu canh kiểu đó học lỏm được ở má, vì tui hay bó gối ngồi nhìn bà nấu cơm, và trong các món canh rau, mùng tơi nấu chung với mướp, đôi khi có cả sợi bún tươi thả thêm vào, là món canh bà ưa nhất. Màu xanh đậm của rau, màu xanh non nõn nà của mướp hài hòa với màu trắng ngần của bún, thiển nghĩ đó là một sự kết hợp tuyệt tác nhất của tô canh nhà quê, thoang thoảng hương đồng gió nội. Tui lớn lên chắc nhờ những tô canh rau ngọt mát mà bà thường nấu bên chái bếp xưa, đen nhẻm muội khói, màu của thời gian lưu lại, chắc cũng vào những ngày hè nóng bức như hôm nay.

Nhớ lại hồi bà còn sống, trước giờ rau toàn là đi mua. Vậy mà có lần phước chủ may thầy tui cũng trồng được mùng tơi, mà là mùng tơi lá tím đỏ mới ghê. Bữa nọ tui hái vào một rổ tươi non cả lá lẫn ngọn vòng vèo còn lấm tấm nước mưa khoe với má. Bà ngạc nhiên lắm, gọi ngược ông già tía đang ngồi viết đi viết lại những hàng chữ Tàu mà ông cho là nếu không thì nét chữ sẽ cứng còng:

- Ông An, coi thằng K. trồng mùng tơi nè. Rau này mà đem đi nấu canh tôm là ngon lắm đó.

Giờ má tui không còn nữa, mỗi lần ra tưới rau, tui lại nhớ đến bà. Tía tui cũng vậy, dù không nói ra nhưng thường đến bữa ăn nào mà có canh mùng tơi là ông trầm ngâm: "má con thích ăn canh này nè".

***

Ai mê mực tím mùng tơi chứ tui không mê nổi, bởi nó chỉ làm tui nhớ tới lần bắt chước pha mực bằng hột mùng tơi chín đen xì, cho vào hũ chao, dầm ra rồi rót nước lạnh vô, tưởng tượng sẽ có những dòng chữ lả lơi màu hoa sim tím, tình tứ nằm trên trang vở trắng.

Nào ngờ đâu khi đem hũ mực vô lớp, mới mở ra, chưa kịp thọc ngòi viết lá tre vào, một mùi hôi thum thủm bốc lên làm tui quăng nó qua hàng rào không kịp vặn nắp lại.

Cũng hột mùng tơi yêu tinh mắc dịch mắc gió đó, tui bị chửi té tát sau khi đội nắng lửng thửng cả giờ bên bờ giậu mùng tơi sẻ mọc hoang, hái cả nắm hột rồi vò ném vào áo đám con gái học cùng trường cùng lớp. Rồi bị xách tai kéo lên văn phòng, rồi bị đuổi về nhà, đem theo "phong thư tình ngây dại" của thầy hiệu trưởng gửi về cho ông già tía, hứa hẹn thêm một trận đòn quắn đít.

Tui chỉ mê mùng tơi nấu canh, vì mỗi lần húp miếng canh là tui thấy cả một mùa hè của năm nào bồng bềnh trong tô canh rau xanh ngắt...

Ước gì còn được khoe với má mớ rau mùng tơi mới hái, hay là nấu cho má miếng canh rau, vì cả đời bà hiền lành như rau như củ, hình như chưa bao giờ quánh thằng con ngày xưa hay nghịch ngợm một roi nào, cái thằng mà ngày nay đã già chát, đang tần ngần bên mấy chậu mùng tơi xanh tốt, mà lòng nó nhớ má đến quắt quay.

NĂM TUẤT LAN MAN VỀ NHỮNG CHÚ CHÓ

Món hàng đầu tiên đập vào mắt, khi tôi lang thang ở Wagon Wheel Flea Market vào tờ mờ sáng hôm nay, để rồi nhất định phải rinh nó về cho bằng được, là chú chó bằng gỗ màu nâu vàng.

Chẳng phải tại năm nay là năm con chó mà tôi phải chơi với chó, chỉ vì ánh mắt như biết nói của nó làm tôi đi không nỡ ở cũng chẳng đành. Chả biết nghệ nhân nào tạc ra nó với dáng ngiêng nghiêng đầu, và cái cách nhìn theo sao mà da diết lạ lùng, làm như tôi có duyên với nó từ kiếp nào chẳng bằng. Móc túi trả tiền, thế là tôi có chú chó mới toanh, đem về để cạnh bên chú chó cũ đen xì, cũng bằng gỗ, cho tụi nó có đôi có bạn.

Ngồi một mình trong ngôi nhà yên ắng, tôi xoa đầu đứa này, vuốt tai đứa kia, mà cứ ngỡ như tụi nó đang ăng ẳng, dụi dụi chiếc mũi ươn ướt vào tay, y như như những chú chó ngày xưa gia đình tôi cũng đã từng nuôi để giữ nhà.

Sa là tên của con chó mà nội tôi đặt cho. Cũng dễ gần năm mươi năm trôi qua rồi mà tôi vẫn còn nhớ tới nó. Thời điểm mà tôi biết nó thì nó cũng đã già, đã chậm chạp đi rất nhiều. Vậy mà mỗi lần tía đèo tôi về thăm nội, nó lại chạy ra tận ngõ vẫy đuôi mừng đón, rồi chồm lên liếm lung tung làm tôi né không kịp, để rồi lại lững thững bước theo sau lưng, mặc kệ tôi vừa chạy vừa trêu, cố tình chọc cho nó đuổi theo.

Nội tôi cưng nó như cưng con. Không cưng sao được vì nó rất khôn. Đố ai đến nhà mà đem được một thứ gì ra khỏi cửa. Nội kể có lần người hàng xóm qua nhà mượn cái giạ về đong lúa, nó chạy theo cắn níu lại, phải đến khi nội ra dỗ dành, nói người ta sẽ đem trả lại, nó mới chịu nhả ra.

Nó có một cái thau nhôm riêng, đến bữa ăn nội cho cơm vào, rồi gõ cạch cạch liền mấy tiếng. Nó đang chạy chơi ở đâu đó, nghe thấy tiếng quen thuộc là sộc đến, cắm cúi ăn sạch bách thau cơm. Nội kể Sa rất kỹ tính, đổ cơm ra đất là nó nhất định không ăn, cho dù đói cách mấy đi nữa.

Về già nó hay bị chướng bụng, mỗi lần lên cơn đau là nó chạy ra ruộng, nhủi xuống cỏ, cạp lấy cạp để. Vậy mà cơn đau cũng qua. Nhưng cũng chính vì thế mà nó chết thảm. Một đêm nọ, nghĩa quân đi tuần, thấy có bóng đen bò bò dưới ruộng, tưởng đâu Việt Cộng về làng, họ ria một tràng vào nó. Con Sa tru lên thảm thiết, quằn quại dưới bãi cỏ mềm còn đẫm ướt sương đêm.

Nó không chết ngay mà cố lết về đến nhà, quào quào cánh cửa. Nội ẵm nó vào, mình mẩy nó đầy máu. Nội lấy khăn quấn cho nó, nó nhìn nội với ánh mắt lạc thần. Lã chã nước mắt, nội nói: "Thôi, con ngủ đi!". Nó liếm liếm tay nội rồi lịm dần. Nội chôn con Sa ở góc vườn, và rồi con vật có nghĩa có tình đó được nội nhắc đến hoài, và mỗi lần như vậy là nội tôi đều khóc, nhất là mỗi khi thấy chiếc thau nhôm còn nằm chỏng chơ bên chái bếp.

Đến thời của tía tôi, ông không chỉ nuôi một con, mà đến những bốn con chó. Chương trình cải cách điền địa với luật Người Cày Có Ruộng của chính phủ lúc bấy giờ ra đời, tía tôi buộc phải khai khẩn lại ruộng nhà đã nhiều năm bỏ hoang vì bom đạn chiến tranh. Ruộng rẫy nằm trong thung lũng, bốn bề đều là rừng là núi, rất nhiều thú hoang, nhiều nguy hiểm rình rập, cho nên mới cần nuôi nhiều chó là vậy.

Cả bốn con chó đều được người ta cho từ lúc chúng nó mới mở mắt, hai con cùng một mẹ, hai con kia chả biết gốc gác từ đâu. Lúc đem về nhà, tối đến nhớ vú mẹ, chúng nó khóc ư ử cả đêm. Vậy mà chỉ sau một tuần là đã chạy nhảy đùa giỡn, quên luôn cả mẹ cả cha, quên luôn cả ổ rơm nơi đã sinh ra, vui lòng với cuộc sống mới.

Mỗi con được đặt cho một cái tên, tùy vào màu màu lông và dáng dấp của chúng.

Con đen như dầu hắc, có hai đốm trắng trên mắt thì gọi là Mực. Anh chàng này là vua ăn vụng, đụng gì cũng ăn, ngay cả cháo heo mà nó cũng không từ. Hình như nó được sính ra chỉ để ăn và ăn thôi.

Còn con có màu lông vàng suộm, chân có đủ cả bốn móng đeo, thì kêu là Phèn. Biệt tài của nó là ngủ. Nằm ngủ, ngồi ngủ, đứng cũng ngủ luôn. Mặt mũi lúc nào cũng như thiếu ngủ trầm trọng, chực ra là ngáp. Vậy mà chỉ cần phớt bóng chim chuột hay mèo thoáng qua là nó tỉnh rụi, vùng chạy rượt bắt như ma nhập. Y như rằng chúng nó có thù với nhau từ muôn kiếp trước.

Chú cún với bộ lông lôm nhôm chỗ đen chỗ vàng, chân căng ngắn ngủn, bụng gần chạm đất thì dính chết với cái tên Lùn. Chú này lạ ở chỗ không thèm sủa, tưởng đâu nó bị câm rồi. Ai ngờ có lần trộm leo tường vào nhà, nghe tiếng cu cậu hực hực ầm ĩ, mới hay ít ra nó cũng biết lên tiếng báo động.

Con còn lại là Xù, vì mới từng đó tuổi mà cả lông lá lẫn râu ria đều xồm xoàm như một tên chán đời. Chắc nhờ vậy mà cả ba con kia đều sợ nó một phép. Là chó mà cứ tưởng là trâu bò, mỗi khi nổi cáu, thay vì cắn, nó cứ nhè bụng mấy con kia mà húc.

Chờ chúng lớn lên một chút, tía tôi đem cả ba con vô ruộng nuôi, chỉ để cu Lùn ở lại coi nhà. Mỗi khi đi thăm ruộng, mới nhác thấy ông vác cái rựa lên vai, là chúng nó tranh nhau phăm phăm về phía trước để dẫn đường. Riêng Xù ta thì lúc nào cũng quanh quẩn bên chân chủ, mặc kệ mấy thằng kia muốn chạy đâu thì chạy. Lần nọ nai về rẫy phá bắp, tôi nghe tiếng "tác" rất gần, liền xuỵt bầy chó đuổi theo. Cả bốn tên, tính luôn cả tôi, hùng hùng hổ hổ vẹt lá băng rừng, vừa hò hét, vừa sủa om tỏi, làm y như sẽ nhúng giấm được chú nai ngơ ngác ngay tức khắc. Một hồi sau, ngó đi ngó lại nai đâu chó đâu chả thấy, chỉ thấy còn có mỗi mình tôi đứng thở hổn hển giữa rừng mênh mông cây lá.

Tìm đường lần về đến trại, tôi trông thấy cả ba con chó quái quỷ đang nằm thè lưỡi, mắt hấp háy như muốn trêu người. Tụi nó đã theo đường tắt lòn về trước tôi hồi nào không hay!

Từ sở ruộng về nhà cũng gần chục cây số. Chắc mấy con chó nhớ cu Lùn, nên lâu lâu thấy cả ba bỏ trại chạy về thăm nhà, tụ lại rồi cùng đùa giỡn, hầm hè với nhau. Tía tôi ngạc nhiên lắm, vì đường xa như vậy mà sao chúng nhớ nổi đường đi lối về. Cũng bởi cái thói quen hay đi đi về về của chúng, cả ba con chó đều bị người ta rình bắt làm thịt,. Nghe tin, tía tôi hốt hoảng qua làng bên xin chuộc lại, nhưng chó đã vô nồi vô bụng rồi còn đâu.

Cu Lùn còn lại một mình, nó buồn vì mất bạn hay sao mà nó cứ đi lang thang hoài. Bạn mới của nó ở tận xóm trên, cao hơn nó cả cái đầu. Nó ở rể ở đó, lâu lâu mới chịu về nhà. Hôm tôi lên bắt cu cậu về, thấy hai vợ chồng nó có đến bảy tám đứa con vừa đực vừa cái thi nhau nhâu nhâu sủa, và hầu như đứa nào cùng lè tè dưới đất, mặt mũi lông lá y như cu Lùn nhà tôi. Vậy mà cu cậu cũng không thoát khỏi cảnh cay nghiệt hệt anh em của nó. Lần cuối cùng trên đường đi thăm vợ con, những tên ăn thịt chó độc ác đã đón đường bắt nó mất tiêu. Một lần ra đi là một lần mãi mãi, tội nghiệp cho những con chó của tôi quá đỗi.

Con chó đực cuối cùng được chính tay tôi nuôi là vào khoảng một năm trước khi cả gia đình đi Mỹ. Không biết nó lạc mất mẹ hay bị ai bỏ rơi mà còn nhỏ xíu đã lang thang đầu đường xó chợ ở vùng kinh tế mới, nơi có gia đình chị hai tôi đang sinh sống. Chắc có lẽ nó đói nên chạy vào nhà, thương tình, chị cho ăn cho nên nó cứ tới hoài. Tôi xin chị đem về nuôi, chị cản không cho, nói mình gần đi rồi, nuôi làm chi nữa.

Không nghe lời, tôi ẵm nó về quê. Từ đó nó bầu bạn với tôi, đi đâu nó cũng đòi đi theo, không cho là nó đau đáu ngước nhìn, y như cách nhìn của chú chó gỗ tôi mua được hồi sáng nay.

Qua đến Mỹ, tôi thư về thăm hỏi, hay tin chú chó cứ chạy về nhà cũ hoài, cứ khoanh tròn nằm đúng ngay chỗ nó thường nằm. Nhà đâu còn ai ở đó nữa, mà sao nó cứ muốn về! Về để rồi ủng oẳn kêu than, tiếng buồn như khóc, khóc vì nhớ chủ đã bỏ nó đi xa.

***

Giờ nuôi chó ở Mỹ nhiêu khê quá, bận công ăn việc làm nên tôi kham không nổi. Để bớt nhớ về những chú chó của ngày xưa, tôi tìm mua chó gỗ về chơi. Cũng gọi con này là Sa con kia là Mực, cũng có những lúc tôi buộc miệng huýt sáo gọi, mà ngỡ như chúng cũng biết vẫy đuôi mừng.

Mai mốt đây về vườn, chắc tôi sẽ kiếm nuôi một chú chó. Giống chó tôi thương nhất là Bulldog hay Pug, vì nó có cái mặt rất ngộ, y như chạy đụng vào tường, thụn cả mũi lẫn miệng. Nói lên ý nghĩ này cho bạn tôi nghe, bạn phán ngay liền là loại chó đó chắc hạp với tôi, vì cả tôi lẫn chó đều có cái mặt nhìn dễ ghét như nhau.

NGHE MÙI CÀ PHÊ LÀ NHỚ MÁ

Nhận được gói quà từ phương xa gửi đến, mới vừa mở ra là đã nghe mùi hương quen thuộc thơm phưng phức. Bạn về thăm Việt Nam qua, có mua tặng cho tôi bịch "Vua Cà Phê" để gọi là chút quà kỷ niệm của quê hương.

Cầm bịch cà phê trên tay, cũng mùi hương cà phê này làm tôi bồi hồi nhớ lại chuyện của buổi sáng mùa đông năm đó, tại thành phố biển Nha Trang, một câu chuyện lâu rồi mà ngỡ như vừa mới hôm qua.

Nha Trang ngày đó đang vào mùa biển động, trời cũng như biển, xám xịt một màu, từng con sóng bạc đầu ì ùm tung bọt nước trắng xóa lên bờ cát. Gió bấc lồng lộng thổi về làm cho các tài xế xe ôm co ro trong giá rét, từng đốm lửa của những điếu thuốc chốc chốc lại đỏ rực trên môi, chẳng biết có làm vơi đi phần nào lạnh lẽo không nữa.

Tôi thức sớm, lang thang đi tìm ngày tháng cũ. Ghé vô quán đông khách bên đường, gọi ly cà phê, đê mê với cảm giác âm ấm trong tay, lặng lẽ ngắm nhìn thành phố vừa tỉnh ngủ.

Ngày mới ở chốn xưa giờ sao lạ lẫm quá.

Nha Trang bây giờ không còn là Nha Trang của ngày nào. Thành phố có vẻ chật hẹp hơn, nhà cửa với khách sạn cao tầng thi nhau mọc như nấm sau cơn mưa, những triền cát trắng với những hàng dương xanh rì vi vu trong gió biển, giờ nhường chỗ cho hàng quán tấp nập người mua kẻ bán.

Mới sáng sớm mà lưu lượng xe cộ trên đường đã khá ồn ào náo nhiệt. Sự yên tĩnh của buổi sáng để nghe chim hót đón bình minh, hay để thả hồn theo tiếng sóng biển thầm thì mơn man bờ cát giờ lại bị thay thế bằng những tiếng còi xe đinh tai, nhức óc.

Nhưng tất cả những cái động đó không làm tôi rời mắt khỏi cậu bé bán dạo, phong phanh với chiếc áo thun, quần đùi đang lò dò quanh quẩn ở lùm cây bên ngoài tiệm cà phê tương đối khá sang trọng.

Cậu mới vừa bị bảo vệ quát mắng đuổi ra vì cậu loanh quanh vào trong quán mời chào khách mua kẹo. Vậy mà thoắt cái từ vẻ buồn thỉu buồn thiu, gương mặt cậu lại sáng lên khi cậu nghiêng nghiêng đầu vừa huýt gió vừa nhìn lên lùm cây nơi có tổ chim trên đó.

Đột nhiên cậu hốt hoảng chạy vút ra đường, nhoài mình cố chụp lấy chú chim sẻ vừa mới chập choạng tập bay, mặc kệ những tiếng còi xe inh ỏi, cùng với âm thanh của bánh xe thắng gấp rít lên, kèm theo những tiếng chửi thề như quất vào cậu bé, trong lúc sẻ mẹ táo tác bay theo con, thảng thốt buông tiếng kêu Tẹc! Tẹc! Tẹc! như xé lòng.

Cậu hồn nhiên bỏ chú chim non mới bắt được vào trong chiếc mũ, dáo dác nhìn quanh rồi băng qua đường. Trở lại lùm cây, cậu leo lên, nhẹ nhàng đặt chú sẻ con trở lại tổ rồi mỉm cười lộ vẻ sung sướng lắm. Tôi bắt gặp ánh mắt sáng ngời của một thiên thần tí hon với chiếc mũ lưỡi trai đội ngược sau ót.

Ngoắc cậu bé tới, hỏi thăm cậu vài ba điều. Cậu nhóc cho biết quê cậu ở tuốt ngoài Tuy Hòa, chưa hề biết mặt cha, mẹ lại mất sớm, một thân một mình lưu lạc vô đây tìm kế sinh nhai. Hỏi tới việc học hành, câu trả lời làm tôi nghẹn đắng, "Cơm con còn chưa đủ ăn, làm sao mà đi học được, chú ơi!"

Tuổi cậu chắc bằng tuổi con tôi. Trong lúc đa số những đứa trẻ trạc tuổi ngoài kia đang hạnh phúc có cha có mẹ, đang được đi học ở trường này lớp nọ thì cậu lại mồ côi mồ cút, tha phương lưu lạc, tự bươn chải ở dòng đời đầy nghiệt ngã để kiếm sống. Trong khi mọi người đang bon chen hối hả tranh nhau từng nhích bánh xe lấn tới trước, chú lại thỏng thả ngắm chim chóc, hoa lá, thiên nhiên. Khi mà mọi sinh vật đều có thể trở thành đặc sản, trở thành mồi nhậu thì chú lại quên cả thân mình để cứu mạng sống của một chú chim vô cùng nhỏ bé.

Tôi kéo cậu tới gần, xoa xoa đầu gối cho cậu. Ngồi nhìn cậu ăn sáng chung với tôi, đôi mắt tinh nghịch trên khuôn mặt sạm đen khi chú ríu ra ríu rít kể cho tôi nghe chuyện cậu để ý cha mẹ của chú chim tha rác về làm tổ từ khi nào, và cậu đã khóc mấy ngày khi mèo vồ mất một con. Tuyệt nhiên tôi không nghe cậu than van về chuyện nghèo khổ. Hình như chuyện chiều nay đi bán về có đủ tiền để đong gạo hay không chẳng phải là điều cậu bận tâm. Cậu ghé tai tôi nói nhỏ, "Con se sẻ đó tội nghiệp lắm chú ơi, nó không có anh em, y như con vậy đó!"

Tôi có việc phải đi nên đành chia tay cậu bé. Cậu đứng lên nhưng cậu cứ ngập ngừng.

- Con cần gì thì con nói chú nghe - Tôi nói.

- Chú, chú cho con thử một hớp cà phê được hông chú?

- Trời đất, mới chừng này mà biết uống cà phê rồi sao, cái thằng này - Tôi mắng đùa với cậu.

- Dạ hỏng phải, hồi má con còn sống, con thường phụ bưng cà phê cho khách. Một hôm con làm đổ cà phê vô áo, sợ áo dơ má la, con ngậm áo nút nhưng hỏng sạch. Má con thấy, má con hỏng rầy mà còn xoa đầu con nói "tội nghiệp con tôi".

Im lặng một chút, chú nhóc tíu tít tiếp:

- Nói chú đừng cười, mỗi lần nghe mùi cà phê là con lại nhớ đến má của con. Với lại con biết tiệm này cà phê bán mắc thí mồ, chắc ngon lắm. Con muốn biết vị cà phê má con pha khác với "vua cà phê" ra sao mà ai cũng trầm trồ.

Tôi nhìn sững cậu bé, miệng cười cười nhưng tôi biết tôi đang gắng dằng cơn xúc động. Kêu cho cậu nguyên ly cà phê sữa mới, nhìn cậu múc từng muỗng cà phê đưa lên miệng mà tôi mong mai sau trên đường đời cậu được gặp nhiều điều ngon ngọt như ly cà phê cậu đang uống.

***

Ngắm nghía gói cà phê bạn cho, tôi nhớ lại cậu bé tình cờ gặp gỡ ở thành phố biển vào một sáng mùa đông giá buốt. Ước ao của tôi là có dịp nào gặp lại cậu bé nữa, tôi sẽ kể cho cậu nghe những điều ngộ nghĩnh về giai cấp trong xã hội. Một cậu bé nghèo nàn không cha không mẹ mà đã từng được uống cà phê "Vua". Đâu phải "vua cà phê" chỉ dành riêng cho giới nhiều tiền lắm bạc, phải không bạn ?

NGƯỜI MUÔN NĂM CŨ

(Xin tặng cho anh chị em nhà Võ)

Tôi gọi ông là ông Ba, vì ông là em con cô con cậu với bà nội tôi.

Ông là người của thế kỷ trước, thời của tóc búi khăn đóng áo the thâm, thời của hương chức hội tề, thời của các nhân vật trong tác phẩm của Ngô Tất Tố, Nam Cao v.v...

Tôi biết ông từ lâu lắm, từ ngày ông còn ở nhà từ đường với chú Năm, một trong những người con của ông.

Tuy là người trưởng thượng trong làng, nhưng ông rất vui tánh, và rất dễ gần gũi. Mỗi khi tôi được sai vô nhà mời ông ra ăn giỗ, thế nào cũng bị ông cười chọc, "dìa nói tía mày cứ dợ cho mày đi, chớ tao đi ăn giỗ ngán quá rồi".

Không nhớ mỗi khi ông ra làng ra xã thì sao, chớ ở nhà ông ăn mặc rất xuề xoà. Ông thích mặc áo bà ba dài tay có hai túi hai bên, lúc nào cũng có bịch thuốc rê và cái thùng quẹt trong đó. Quần thì kiểu lá tọa, phần cạp thừa phía trên đụng dây nào thì cột dây đó, cho nên nó cứ loè xòe rũ ra ngoài, nhìn tếu chịu không được. Đã vậy thôi đâu, ông còn chơi đôi guốc mộc tự đẽo lấy, cứ vậy mà lóc cóc quanh làng quanh xóm. Tía tôi thường trêu ông, "cậu mang guốc rồi cứ quần ống cao ống thấp chó táp ba ngày không tới như vậy, rủi chó rượt sao cậu chạy?". Ông nói, "Tao phang cho mỗi con mỗi chiếc guốc, ngu sao chạy mậy!"

Ông có nghề đan thúng mủng rổ rá rất đẹp, mấy ông chú của tôi có vài người nối được nghề của ông. Riêng đan cối xay lúa thì chắc cả làng chỉ có mỗi mình ông là biết nghề.

Nhìn ông cặm cụi chẻ tre đan thân cối, rồi tỉ mỉ chuốt gỗ nhãn làm răng, mới thấy để làm ra một chiếc cối xay kỳ công là như thế nào. Tôi được ông nói cho nghe nghề này khó nhất là giai đoạn làm răng. Răng thưa thì gạo sẽ "sống", tức là khi lúa được xay ra là thóc sẽ nhiều hơn gạo, còn răng dày thì gạo sẽ nát vụn hết. Thợ giỏi hay dở là ở chỗ đó đó.

Tôi ngồi coi ông làm việc một cách say sưa, được nghe ông kể chuyện tiếu lâm hoặc đọc thơ do chính ông làm, mà chuyện nào, bài nào cũng rất "mặn", mặn đến độ tôi không thể nào kể ra đây được, chỉ biết lúc đó cả hai ông cháu đều cười ha ha, khiến mấy con gà đang bươi đất kiếm ăn gần bên giật mình ngơ ngác.

Hết ở với chú Năm, ông lên ở với chú Hai, rồi cuối cùng về ở với chú Sáu. Nhà chú đối diện với nhà tôi, cách nhau một con đường rộng chừng dăm bước chân, cho nên ông cháu có dịp gần gũi nhiều hơn. Tôi hay chạy qua chơi với ông, lúc thì coi ông đánh cờ tướng, lúc phụ ông xắt thuốc lá. Đánh cờ ông thuộc hàng cao thủ, và hút thuốc ông cũng thuộc hạng vô địch, cả hai ông đều say mê như nhau.

Tôi chưa bao giờ thấy ông hút thuốc bán sẵn, vì ông chê nó lạt nhách. Ông thường tự tay xắt lấy rồi quấn hút, thứ thuốc mà có thời người ta gọi là thuốc rê hay thuốc bốc lăn se le lưỡi liếm đó. Ông có một cái bàn xắt thuốc bằng gỗ cây cau già, được đóng dính vuông góc lại với nhau, miếng trên có cái lỗ, đủ để nhét cuộn thuốc tròn tròn dài dài, được bện chặt từ những miếng lá thuốc rời. Cứ vậy ông chân thì giậm, tay thì đẩy, tay thì cầm rựa lạch cạch cắt cho thuốc rời ra thành sợi, mà miệng cứ "ló, chặt c. cụt, ló chặt c. cụt" theo nhịp rựa lên xuống.

Tôi có kỷ niệm nhớ đời với ông, cũng liên quan đến vụ thuốc lá, mà đến giờ mỗi khi nhắc đến là tôi còn sợ đến tháo mồ hôi.

Dạo đó là gần Tết, ông với tía tôi đang ngồi mải mê đánh cờ tướng. Chắc gặp nước cờ khó hay sao mà thấy ông suy nghĩ lung lắm, quên cả điếu thuốc đã tắt từ lúc nào rồi. Tôi mới vấn cho ông điếu khác, tinh nghịch kèm theo viên pháo chuột trong đó. Theo thói quen, ông đưa lên miệng rồi châm quẹt. Mới bập bập thì điếu thuốc cháy xì xì. Hết hồn, ông vội rẩy nó xuống giữa bàn cờ, đít thì nhổm lên để né, miệng thì la bài hãi liên tục, "úi trời quơi! Úi làng nước quơi!"

Viên pháo nổ đánh đét, và tôi biết thế nào mông tôi cũng bị tét vì chơi ngu chơi dại. Ai ngờ ông lại đỡ đòn cho tôi, bằng cách nói với ông già tía, "thằng Tồ à, mày đừng quánh nó, tao biết nó mà, nó chỉ ngằng thôi, chớ hổng có ác ý gì đâu!"

***

Ngày ông mất, tôi không có ở nhà. Tôi đang trên đường thăm chị tôi từ Hòa Sơn về. Trên chiếc xe ngựa của bác bốn Dụng, tôi sửng sờ khi nghe bác buồn hiu nói, "ông Ba mất rồi, mày quơi!".

Tôi lặng im, hụt hẫng. Tiếng vó ngựa lọc cọc gõ trên mặt đường nghe khô khốc như tiếng thời gian đang đếm, đếm rất chậm. Chậm vì muốn được về gặp ông gấp: tôi chẳng thể nào tin là ông đã không còn.

Đám tang ông lớn lắm, nhìn người đến thắp nhang tiễn ông là đủ biết dân làng thương ông như thế nào rồi. Ngày đưa ông về đất, tôi là một trong những đứa được cầm phướn đi trước quan tài ông. Nơi ông nằm, nếu tính theo đường chim bay thì rất gần, những toàn là bờ ruộng rất khó đi. Đành phải đi tuốt tuột xuống gần thôn Tân Tế, rồi trai làng lội qua sông, trên vai là chiếc kiệu bằng tre, họ cố gắng lội làm sao cho kiệu đừng chông chênh, lắt lẻo.

Hết qua sông rồi lại leo núi. Hòn Quải trên là nơi ông an nghỉ cuối đời. Nắm nắm đất thả xuống huyệt mộ, tôi thầm thì, "ông Ba ở đây chắc hổng buồn đâu hen, ông Ba. Quanh đây còn có những người quen nữa nè, mặc sức ông đánh cờ, kể chuyện tếu lâm cho bà con nghe. Riêng con thì chẳng còn được nghe nữa rồi!"

Tôi phủi tay vào quần, đưa tay chùi mắt. Con sông Bến Lội lững lờ chở bao nhiêu nước xuôi về biển, nó có chở nước mắt theo hay không mà dòng nước chìa hai hôm đó dường như nghe mặn hơn những lần khác...

***

Đêm nay tôi thức khuya viết về ông, cũng như ôn lại những kỷ niệm mà tôi có được.

Nhớ ông nhiều lắm, nhớ lúc ông nheo nheo mắt tủm tỉm cười mỗi khi đem hình con cháu mới gửi về ra coi, rồi sung sướng khoe với bà con chòm xóm. Rồi cũng có đôi lúc tôi bắt gặp ông trầm ngâm ngồi một mình, tay vân vê chòm râu phơ bạc, đôi mắt đục mờ nhìn xa xăm, có lẽ ông đang nhớ đến những đứa cháu đang lưu lạc nơi xứ người, sao lâu lắm chưa thấy chúng nó về...

Tôi nhớ câu đối do chính ông viết để thờ ông sau này:

Vạn sự giai hưu
Thiên thu kế thế

Với ông, giờ mọi chuyện đã được thanh thản, không còn vướng bận bất cứ điều gì từ lâu rồi. Nhưng những lớp con cháu của ông sau này khó có ai kế thừa được cái dí dỏm, cái hài hước, cái bình dị của ông. Ông là người muôn năm cũ, cũ kỹ như chiếc cối xay lúa tự tay ông đóng giờ đã mai một, dù nó cũng đã từng xay ra những hạt gạo trắng thơm cho đời, cho người. Tuy vậy, mỗi lần nhắc đến ông là như được nghe kể chuyện cổ tích, nơi đó có những ông tiên, ông bụt chơn chất hiền lành, mà có thể bắt đầu bằng: "Ngày xưa làng tôi có một người tên là ông Ba Riệng..."

NHỚ EM HAY NHỚ CÀ PHÊ

Ai nói thiếu cà phê vào mỗi buổi sáng là vật vờ như cờ thiếu gió, là không tỉnh táo để bắt đầu cho ngày mới.

Hay uống cà phê trước khi lăn vô giường sẽ làm mất ngủ cả đêm vân vân và vân vân. Tất cả đều chẳng đúng với trường hợp của hắn.

Hắn có thể uống cà phê bất cứ lúc nào, sáng cũng được, trưa cũng xong, mà chiều tối cũng hỏng cữ, nghĩa là hễ thích thì chìu. Nhưng, lạ một nỗi, là hắn chưa bao giờ biết ghiền. Nói đúng hơn, cà phê lúc nào hắn cũng uống được… một ngụm, vì cái gọi là "caffeine" thường làm cho hắn hồi hộp, làm cho tim đập mạnh, cho nên cà phê đối với hắn chỉ mới là bầu, chưa thể gọi là bạn.

Để nhớ lại coi, có lẽ hắn bắt đầu biết mùi vị cà phê khi mép vừa lún phún ria, vào cái tuổi mới nhổ giò vỡ giọng, cái tuổi biết chải chuốt tóc tai quần áo gọn gàng. Có nghĩa là vào cái tuổi "mái xùy".

Thuở đó, mấy quán nào mà đèn mờ nhạc nhẹ là tụi hắn chê, nói nơi đó dành cho các bô lão. Khi rủng rỉnh tí tiền, hắn thường theo lũ bạn đạp xe lên thị trấn, chui vô mấy tiệm cà phê đèn màu nhấp nha nhấp nháy, nhạc toàn là nhạc ngoại như ABBA, Boney M... giậm già giậm giật. Gọi cà phê, kêu thêm vài điếu thuốc lá rồi tréo chân phì phà phì phèo.

Vào quán mà hỏi cà phê có ngon không, thuốc lá có phê không, thật tình hắn chả cần biết, miễn sao có dịp "diễn tuồng" là hắn thấy vui rồi. Diễn sao hả? Là khi nào thấy bàn bên kia có em nào đèm đẹp là hắn giả vờ cuối xuống ly cà phê, dùng ngón cái và ngón trỏ nhón chiếc muỗng nhôm khuấy nhè nhẹ, trong lúc ngón út cố tình cong vễnh lên. Rồi chậm rãi nâng cốc cà phê nhấp một ngụm, rít hơi thuốc lá, hắn chu mỏ nhả ra từng vòng khói ...méo xẹo vì nghề chơi chưa được công phu, đầu thì gật gà gật gù ra dáng đang trầm tư suy tư điều gì to tát, xa xôi lắm. Xong, len lén đưa mắt địa cô nàng một phát, và nếu bắt gặp nàng nhìn lại thì hắn thấy sướng rơn trong người, còn không thì đời sao bỗng dưng buồn, buồn như ...chó cắn.

Mãi đến sau này có em để rước đèn, những quán cà phê đầy khói thuốc và tiếng nhạc ầm ĩ không còn là điểm hẹn hấp dẫn nữa. Phải là cà phê đèn mờ, nhạc vàng dặt dìu mở nho nhỏ mới là bãi đáp mới của hắn. Chả lẽ đi với em mà mình giải khát bằng mấy món chỉ dành riêng cho con gái như chè hay sinh tố thì kỳ quá, hắn đành gọi ly cà phê đá, mặc dù thật tình hắn thích ly chè ba màu của em hơn.

Còn gì bằng khi hai mái đầu cúi sát vào nhau, rủ rỉ rù rì như ...ăn trộm, tiếng cười hinh hích của em làm hắn quên bằng ly cà phê dạo đó thơm ngon ra sao, hắn chỉ còn nhớ dường như cà phê có mùi hương... chùm kết.

Thế sự đổi thay, con tạo lá lay đẩy hắn bạt ra khỏi quê

hương. Những đêm ở trại ty nạn Bataan hắt hiu nỗi nhớ nhà, hắn thường ra quán cà phê ngồi, lặng nghe từng lời ca tiếng nhạc phát ra từ những cuộn băng cát-sét, da diết não nùng làm sao.

"Nghìn trùng xa cách, người đã đi rồi…" Ừa, hắn đã đi xa lắm rồi, giờ những buổi chiều buông còn ai rủ em đi dạo mát nữa! Những hàng quán quen thuộc nơi hắn với em thường đến, bây giờ ra sao hở em? Cách nhau cả một đại dương mênh mông, đường nào để trở về mà "mời người lên xe về miền quá khứ"?

Từng giọt cà phê đen quánh chậm rãi nhỏ xuống, ngỡ như là nước mắt đang rơi. Đó là lần đầu tiên trong đời hắn cảm được vị đắng của cà phê, đắng chát cả lòng. Rít hơi thuốc lá mà nghe sóng lòng mênh mang vỗ, nỗi buồn theo khói thuốc vẩn vơ bay…

***

Mười tám năm sau, cuối đông 2003 hắn làm chuyến trở về thăm quê. Mọi thứ đã thay đổi nhiều. Em của ngày xưa gọi con ra chào cậu. Cậu xoa đầu cháu mà thản thốt sao cháu giống mẹ quá trời!

Em cười cười, mời hắn ly cà phê:

- Tui vẫn nhớ là ông không thích cà phê, nhưng ông thử uống ly cà phê này do tui pha, coi thử có ngon hông".

Hắn đưa lên miệng làm một hớp. Ồ, ngon thật! Ngỡ chỉ là ly cà phê sữa đá bình thường ở đâu cũng có mà sao nó đậm đà quá cỡ. Hỏi ra hắn mới hay là miền Trung quê hắn, nói đúng ra xứ buồn muôn thuở Ban Mê Thuột đã có một thương hiệu cà phê lừng danh thiên hạ, mà người ta gọi là "Vua cà phê".

Lần đầu tiên hắn nhấm nháp ly cà phê em mời, hắn nghe ra cà phê có hương vị khác, khó quên. Khó đến nỗi giờ có dịp thưởng thức cà phê là hắn lại nhớ đến ly cà phê thơm phức sóng sánh đôi mắt biết cười của ngày ấy.

Nhớ cà phê hay nhớ em thì chỉ có trời mới biết.

NHỚ NEM NƯỚNG NINH HÒA, NEM NƯỚNG BÀ NĂM THẢO

Đọc bài viết về "nem nướng Brodard" của phóng viên Ngọc Lan, tự dưng tôi thèm nem nướng khủng khiếp. Mà phải là nem nướng ở Ninh Hòa kìa, nem nướng Nha Trang thì hỏng thèm, vì nó đã lai rồi, mặc dù hai nơi chỉ cách nhau có hơn ba mươi cây số.

Ninh Hòa quê tôi có nhiều món ăn địa phương được gọi là ngon, nào là bánh ướt cầu Bến Gành, bún lá cá dằm, có chả lụa, có nem chua. Món nào cũng ghi đậm nét đặc thù của vùng đất vừa có sông có núi, vừa có suối có biển. Nhưng đặc sắc nhất phải nói đến món nem nướng, mà những người con của đất Ninh, thế hệ nào cũng vậy, dù cho có đi xa hay ở gần cũng không thể nào quên được.

Và điều hãnh diện, là niềm sung sướng nhất là ngày nay, tại xứ Mỹ này, bảng hiệu Nem Nướng Ninh Hòa đã đứng ngang vai ngang vế với những tiệm phở, những tiệm bún vang danh khác, ở những khu thị tứ sầm uất có đông người Việt sinh sống.

Nem được làm từ thịt heo, nhất là heo mọi, giống heo da đen bụng sề. Nó nhỏ con thôi, nhưng thịt săn chắt lại ít mỡ, nên dùng để làm nem chua hay nem nướng thì khỏi phải chê. Ngày xưa chưa có máy xay nên thịt phải được quết thật nhuyễn. Heo mới ra thịt còn nóng ấm, người làm nem phải xắt nhỏ bỏ vào cối đá, tay trộn thịt, tay cầm chày gỗ mít giã mạnh và đều. Trong các loại gỗ dùng để làm chày, thì gỗ mít luôn được chọn đầu tiên, vì sớ gỗ rất dai, dùng làm chày giã thì nem rất mau "chín", và khỏi lo vụn gỗ trộn lẫn với nem. Sau đó họ trộn gia vị nào đường nào tỏi nào nước mắm sao cho thành một hỗn hợp dẻo quẹo được gọi là nem mà các bạn đã từng thưởng thức qua.

Cách làm nem thì người ta có thể chỉ dẫn một cách dễ dàng, nhưng món nước chấm thì hầu như ít ai chịu chỉ, vì đó là bí quyết gia truyền. Họ chỉ truyền lại cho con trai hoặc con dâu, còn con gái thì đừng hòng vì nữ sinh ngoại tộc. Thật khổ đời cho cái tư tưởng cổ hủ của dân tộc tôi, biết đến đời nào mới thay đổi được đây!

Món nước chấm đặt biệt đó, thường được gọi là tương ăn nem, mới là món chính, không có nó thì không thể nào ra hồn của món nem nướng cho được. Nó có màu vàng gạch cua, đặc sền sệt, vị hơi ngòn ngọt mằn mặn, có lẫn vài hột cháo nếp chưa kịp xay nhuyễn. Tôi nghe cô tôi nói lại có lần cô trả đến mấy lượng vàng để "xin" công thức của bà bốn Cửu, vị tổ sư bồ đề nghề làm nem nổi tiếng ở quê tôi, nhưng bà vẫn nhứt định lắc đầu.

Ăn kèm với nem nướng là chả ram. Con sông nước chìa hai quê tôi sản sinh ra được một loại tôm đất, nó nhỉnh bằng chiếc đũa thôi, nhưng không hiểu sao nó hợp với nem lạ lùng. Con tôm quê mùa đó đi chung với cọng hành lá rồi cuốn lại với bánh tráng thành từng cuộn nhỏ bằng lóng tay út, đem chiên cho vàng rộm lên. Chả ram chỉ đơn giản như vậy thôi đó, nhưng cái dòn rụm của nó, cộng với mùi thơm nồng nàn của đủ các thứ rau se duyên với miếng nem nướng dai mềm thơm đậm mùi tỏi sao mà nên duyên nên nợ đến vậy hở trời!

Hình như cuốn nem đầu tiên tôi được ăn là ở gánh nem của bà Năm Thảo, lúc tuổi đâu chừng mười hai hay mười ba. Nhắc đến bà, tôi nghĩ thầm cỡ trang lứa của tôi trở lên đố ai mà không từng biết qua món nem do bà làm. Hình như bà chỉ bán đúng vào dịp Tết, có muốn ăn nữa chắc phải chờ tới năm sau.

Chỉ với một quang gánh đơn sơ với cái bàn thấp lè tè, chung quanh vài cái ghế đẩu nhỏ tí xíu. Ai đến trước được bà bán trước, đến sau cứ việc đứng chờ.

Từng viên nem hồng hồng lẫn những vụn mỡ trăng trắng, tròn dẹp nho nhỏ như những trái bóng bàn được bà xiên vào những chiếc que tre, mỗi que đâu được vài ba viên, rồi bà bỏ lên bếp than, tay quạt tay trở. Mỡ nhễu xuống than hồng xèo xèo, khói bốc lên mù mịt. Tuy vậy tôi chẳng những không tránh khói mà cố hỉnh mũi hít lấy hít để. Cái mùi của nem nướng được gió đưa đẩy đi xa, ở tuốt đầu trên của xóm tôi mà vẫn nghe ra, nó làm mình cồn cào đến đói cả bụng, nó mê ly đến độ bây giờ nhắm mắt tôi vẫn còn nghe được mùi quyến rũ đến lịm cả người đó.

Thoa sơ nước vào mặt của chiếc bánh tráng mỏng còn in rõ vết phên tre phơi bánh cho hơi mềm rồi trải lên chiếc mẹt tre, bà Năm nhúm ít rau thơm, nào là xà lách, dấp cá, cải non, tần ô, nào khế chua, nào chuối chát cho lên một góc của miếng bánh. Sau đó bà cầm chiếc kéo nhỏ vừa cắt vừa tuốt những viên nem vừa chín tới vàng ươm màu cánh gián, mỡ tươm bóng lưỡng để lên trên, nhón thêm miếng chả ram, bằm thêm ít dưa leo, tém hai đầu rồi cuốn chặt lại. Múc một vá nước tương vào cái chén nhỏ, bà đưa cho cái thằng nhóc là tôi đang dán mắt vào đôi tay thoăn thoắt của bà mà miệng ứa đầy nước miếng. Chấm ngập cuốn nem, đưa lên miệng cắn. Ui chao, một trời mê mẩn...

* * *

Hầu như những gì bắt đầu bằng chữ ngày xưa, với tôi, giống như đang kể về chuyện cổ tích. Mê lắm, say đắm và cũng làm mình nhớ nhung nhiều lắm. Cũng như bây giờ ngồi viết lại món nem nướng của ngày đó, tôi cứ tưởng đâu đang ngồi bó gối, thèm thuồng chờ đợi cuốn nem nóng ấm thơm mùi quê hương từ tay bà đưa cho.

Bà mất lâu rồi. Nhưng món nem nướng của bà vẫn còn ở lại. Cụ thể là mỗi lần nhà tôi bày ra làm nem, ai ai cũng nhắc tới bà. Hoặc đi đâu mà gặp lại đồng hương, tụi tôi thường rủ rê bằng giọng đặc sệt giọng Bến Đò Lá:"Ghé que nhè tui đi, tui đãi en nem nướng Ninh Què, coi thử có dúng nem nướng của bè nem Thẻo hông!"

Có đi xa, có nhớ về quê nhà, tôi hay nhớ về những điều ngỡ như vụn vặt đó, và thường hay bắt đầu bằng hai chữ "ngày xưa", để lòng mình như hoa nắng gió đùa, cứ nhấp nháy, cứ đong đưa hoài trong chập chùng dĩ vãng.

NHỚ TÔ BÚN LÁ CÁ DẰM

Nhớ tô bún lá cá dằm
Tình quê ấp ủ, thương thầm bấy lâu

***

Ngày đầu năm bà xã tôi cho cả nhà ăn bún. Bún đây là bún cá, được nấu gần giống theo kiểu dân dã quê tôi, Ninh Hòa.

Suốt mấy tuần liền hết lễ này đi đến lễ khác tới, với những tiệc tùng cuối năm toàn là thịt thà mỡ màng đã ngán tới óc, và sau khi ngủ một lèo gần 11 giờ trưa mới trờ dậy, được quất một hơi hết tô bún cá bự chà bá, tôi thấy trên đời này sao có những món ăn hết sức tầm thường nhưng lại ngon quá đỗi.

Nhớ có lần khoe những món "đặc sản" của quê tôi, trong đó có món bún cá này, bạn tôi cho biết là bạn cũng ưng bụng vì bún cá dễ nấu dễ ăn. Rồi đến khi bạn xuống thăm, tôi bàn giao nguyên cái bếp cho bạn trổ tài. Nhìn bạn xào sơ thơm tươi với dầu ăn, tôi mới vỡ lẽ "bí quyết" cách làm cho những miếng thơm nhả hết chất ngọt, để cho nồi nước lèo được đậm đà hơn.

Chưa hết, tôi còn học lóm được cách bạn trang điểm thêm bằng những trái cà chua tí hon, cho nên nhìn tô bún bạn nấu cứ như đang ngắm một bức tranh hài hòa nhiều màu sắc: mơn mởn xanh của rau của hành, vàng ươm của từng miếng thơm chín, đỏ tươi của những múi cà chua…

Vui mắt và hấp dẫn vô cùng.

Cũng bấy nhiêu cá nhiêu bún, cũng là cà chua là hành ngò rau ớt, nhưng cứ mỗi lần thấy tô bún của ngày nay là tôi nhớ lại tô bún của những ngày xa lắc xa lơ.

Và điều đó cũng gợi lại trong tôi câu chuyện nghịch ngợm vào sáng Mùng Ba Tết năm nào, khi chợ mới nhóm trở lại, chưa ai kịp bán buôn gì đã bị một con bò lồng, kéo đổ cả quang gióng thúng mủng, trong đó có cả gánh hàng của bà bán bún quê tôi.

Người làm cho con bò phát cuồng cong đuôi chạy là tôi. Tôi chơi dại, nhét pháo vào móng chưn bò rồi đốt, để pháo nổ đánh đùng làm nó cắm đầu chạy bán sống bán chết. Để rồi tôi cũng được ăn một trận đòn thừa chết thiếu sống.

Ai đã từng là con dân của Bến Đò Lá, dù cho có ly hương lâu đến đâu hay vẫn còn ở quê nhà, mỗi khi nhắc tới bà bán bún hiền lành đó chắc cũng chưa quên "Bún bà Thiết", cái tên đã thành "thương hiệu" nổi tiếng từ lâu, có lẽ từ thời song thân tôi còn son trẻ, cho đến lớp tuổi của anh chị em bạn bè sau này, không ít thì nhiều đã từng nếm qua món bún của bà.

Gánh bún bình thường thôi, đơn sơ với nồi bằng nhôm sạch bóng đầy nước lèo trong vắt đang liu riu sôi, bên kia gióng là một mẹt bún tươi, kế bên là rổ tô, đũa…. Món bà bán quanh năm suốt tháng là bún lá cá dằm. Riêng vào những ngày rằm bà mới bán bún chay, nhưng vẫn ngon không kém.

Tô bún được chan nước lèo nóng hôi hổi, dưới đáy tô là nhúm bắp chuối và rau sống đủ loại xắt ghém, một vài lá bún trắng ngần nằm khêu gợi dưới làn nước dùng trong veo, điểm theo là những lát cá bò tươi roi rói đánh bắt từ vùng biển nhà, và được "dằm" ra lụn vụn. Vắt thêm chút chanh, dầm thêm trái ớt sim đỏ chót, chỉ có vậy thôi mà ta nói cứ mặc sức vừa lua vừa húp.

Miếng bún trơn lùi, nước lèo ngọt lừ, cái dai dai thơm thơm của cá quyện với mùi tiêu mùi hành làm át mất mùi tanh, ăn hoài không ngán, ăn rồi vẫn còn thòm thèm, vì tô bún nhà quê muôn đời vẫn luôn nhỏ téo.

Tại sao gọi là bún lá hả? Tại vì nó là… lá bún.

Bạn vẫn chưa hiểu phải không? Cứ hình dung như vầy, thay vì bún phải rời ra từng sợi , đàng này khi bún mới vừa ra lò là được bện lại, cuốn khum khum trong lòng bàn tay rồi xếp lên mẹt tre, mỗi "con bún" được lót bằng miếng lá chuối riêng biệt, để bún đừng dính lại với nhau. Người bán cứ gỡ từng lá bún cho vào tô, chan nước dùng nóng bỏng lên rồi trao cho thực khách. Quê tôi nổi tiếng với món bún như vậy đó.

Vẫn biết bà bán bún đã mất, gánh bún bà từng gánh ra chợ mỗi ngày giờ đã nhường lại cho con cháu lâu lắm rồi. Nhưng sáng nay trong lúc cha con chồng vợ lót lòng với món bún cá quê nghèo, tự dưng từ trong tiềm thức tôi bật ra câu hỏi, "Tía ơi, bà Thiết bán bún còn sống không, tía?"

- Còn, con.

Tôi giật mình nhìn sững tía tôi.

- Máy còn pin nhưng tía quên đeo rồi - Tía tôi nói tiếp.

Tôi phì cười, lắc đầu.

Tía tôi nghễnh ngãng nặng, nghe tiếng còn tiếng mất. Hỏi về bà bán bún thì lại trả lời về cái máy trợ thính.

Nhưng một đỗi sau, tía tôi bỗng nói, "Tô bún này giống bún bà Thiết quá, con!"

Cả tía và tôi không hẹn mà cùng lần về, trong tâm tưởng, về với quê hương, với người xưa chốn cũ. Thưởng thức tô bún mà cứ ngỡ như đang đem từng miếng thương miếng nhớ vào lòng.

Tôi yêu quê tôi là yêu những điều bình dị mộc mạc, cho dù ngày nay bún cá ở hải ngoại đã không còn giữ được nét xưa. Ẩm thực là văn hóa, phải có biến có đổi, nhưng hồn của miếng ngon quê hương vẫn còn đầy, vẫn còn chan chứa trong tôi.

Có dịp nào bạn đến Nha Trang hay Ninh Hòa, xin bạn dùng thử bún lá cá dầm, rồi bạn kể tôi nghe món ăn quê tôi ngon như thế nào, nhé bạn!

NHỮNG CƠN MƯA BÊN ĐỜI

Florida lại vào mùa mưa, mưa ngày mưa đêm. Mây đen kìn kịt kéo về, đổ xuống những trận mưa như trút nước, kèm theo sấm sét đì đùng long trời lở đất. Đang mưa ngon lành như vậy đó, bỗng dưng mấy hôm liền nắng ráo, tiết trời oi nồng dễ làm cho người cảm thấy uể oải, khó chịu.

Những đám mây mọng nước u uẩn kéo qua trời, hứa hẹn đem mưa trở về, nhưng rồi lại bị những cơn gió chướng tinh nghịch thổi bay đi nơi khác. Mong mưa ngóng mưa hoài để cho mát đất mát lòng mát cây mát cỏ. Hồi hộp, hy vọng với những dự báo có mưa tăng dần, nhưng cuối cùng lại thất vọng tràn trề vì không có cả một giọt mưa thấm đất.

Chiều nay không chờ mà mưa lại đến. Mưa nhẹ thôi. Nhưng nhìn mưa rơi lại ngổn ngang trong lòng. Những chú thằn lằn trốn nóng từ xó xỉnh nào cũng chạy ra thè lưỡi uống mưa, trố mắt nhìn tôi đang tư lự, thả hồn theo mưa theo gió. Mưa giăng mờ mịt, màn mưa vời vợi mong manh như sương như khói, mưa gió về làm tôi xao xuyến chơi vơi...

Với tôi, đến bây giờ mưa vẫn là bầu bạn, cho dù mưa

sớm mưa chiều hay mưa khuya mưa tối. Vắng mưa lâu là tôi nhớ ghê gớm, nhớ như nhớ người tình, vì mưa thường gợi lại biết bao kỷ niệm. Kỷ niệm nào cũng như mưa bay, khi quên thì thôi chứ nhớ đến cứ làm mình bồi hồi thổn thức.

***

Hồi tuổi tôi chừng mười hai hay mười ba, chắc cũng vào khoảng thời gian này, anh lớn bắt tôi vào ruộng ở với anh để khỏi lêu lổng trong ba tháng hè. Dạo đó ruộng nhà chưa bị vào hợp tác xã, anh tôi thuộc dạng bất mãn trầm trọng với chế độ mới nên lui về vườn quy ẩn sớm.

Những thửa ruộng nhà tôi lọt thỏm trong thung lũng, tứ bề toàn là đồi là núi. Ở trong ruộng buồn lắm, vì rất vắng người, nên tôi chỉ quanh quẩn chơi đùa với những chú chó, hay thơ thẩn thầm thì với lá với hoa. Sáng tôi xúc lúa bắp cho gà vịt ăn, xế trưa vào chuồng lượm trứng. Tối đến lo rút dầu từ chiếc xe máy cày, xong châm đầy những chiếc đèn hột vịt rồi tần mẩn lau từng chiếc bóng đèn cho thật sạch muội khói. Nhớ nhà, nhớ bạn bè nhiều lắm, nhưng sợ anh la nên không dám xin về. Hàng ngày ngóng chờ tía má vô để len lén về theo. Được đâu chừng vài bữa cũng bị anh lôi cổ vô ruộng trở lại.

Buồn quá nên chiều hôm đó tôi lang thang ngoài suối, lõm bõm vớt những chú cá lòng tong, ngắt đuôi thả cho nó bơi lòng vòng, hay tìm bắt những con đỉa trâu đen xì nhớt nhợt, bậm môi kéo ra dài ngoằng, để rồi khi buông tay con đỉa từ từ thun lại mà không hề biết gớm ghiếc là gì.

Lủi thủi chơi lấy một mình, tôi chẳng để ý đến cơn mưa rừng xám xịt từ trong Hòn Bồ sầm sập kéo về, đến khi ngoảnh lại nhìn đã thấy màn mưa đan xeo xéo, ầm ầm đổ đến bên lưng.

Vội quăng cả cá, vứt luôn cả đỉa, tôi vùng chạy về trại nhưng vẫn không kịp. Tôi chưa từng thấy cơn mưa giông nào dữ dội bằng cơn mưa rừng chiều hôm đó. Những hạt mưa to gần bằng cái trứng gà, hợp sức cùng với gió lớn, thi nhau quất xuống lưng bồm bộp, mạnh đến độ khiến tôi ngã dúi dụi xuống ruộng không biết bao nhiêu lần, làm bùn sình bắn lên tung toé. Chạy được về đến trại tôi ướt như chuột lột, đầu cổ áo quần lấm lem lấm luốc y như mới vừa vớt dưới bùn lên. Tôi mừng như sống lại, mặc kệ ông anh lầm lầm lỳ lỳ nhìn thằng em đang run lập cà lập cập.

***

Rồi vài năm sau, lúc đó tôi đã có bạn gái, biết thương mỗi khi được gặp mặt, biết nhớ mỗi lần phải xa nhau, thì lại có thêm cơn mưa khác ghé qua bên đời, tôi gọi đó là cơn mưa chiều kỷ niệm.

Từ thị trấn đèo bạn về làng, đường xa mưa tuôn xối xả. Bạn ngồi phía sau ôm chặt vì sợ tôi lao vào những ổ gà đầy nước mưa, nếu xụp xuống đó không sứt tay thì cũng gãy gọng. Mưa ướt lạnh run người, nhưng sao tôi vẫn cảm thấy rất êm đềm ấm áp.

Tôi đạp xe mà hồn như trên mây. Đang đê mê ngất ngây với vòng ôm của bạn, bỗng chiếc xe sựng lại rồi lật ngang. Tôi hết hồn vừa thắng vừa choải chân chống, ngoái nhìn ra sau thấy ống quần của bạn kẹt vào găm xe khiến bánh xe không quay được nữa.

Chắc các bạn còn nhớ mốt quần đen của phụ nữ thời đó

thường may bằng vải soa Pháp, lưng quần luồn giây thun, ống rộng và dài lướt thướt. Bởi vậy nên mới xảy ra thảm họa.

Bạn tôi túm chặt lưng quần, thụi vào lưng và cuống cuồng biểu tôi quay mặt đi nơi khác. Tôi vừa nhắm mắt vừa giở bánh xe trước lên cao để cho bạn đứng được xuống đất, lỡ lạng quạng quần bạn tuột xuống thì tôi không biết phải ăn làm sao nói làm sao cho hết tội lỗi. Lom khom quay ngược bánh xe, cuối cùng cũng lôi được ống quần bạn ra. Thoát nạn.

Trời vẫn mưa tầm tã, xe lại hư nên hai đứa đành trú mưa dưới gốc me già. Nhìn dòng nước mưa chảy ròng ròng trên mặt bạn, tôi muốn đưa tay lau nhưng ngập ngừng hoài rồi lại thôi. Kín đáo ngắm bạn khoanh tay trước ngực, tôi khẽ khàng nói, "tóc A. đầy lá me rụng kia kìa!". Đưa tay gỡ nhẹ lá me, bạn tôi bẽn lẽn cười, một nụ cười thèn thẹn làm tôi lâng lâng như muốn trôi luôn vào đó!

***

Năm tháng dần qua, cơn mưa khác lại về để tiễn tôi đi. Cơn mưa của giã biệt, của chia ly, cơn mưa của nghìn trùng xa cách.

Cuối đông năm một ngàn chín trăm tám mươi lăm, ngày của năm đó trời tối mau và lạnh lắm. Hình như trời đêm cố tình pha thêm mực để cho cả hai khỏi nhìn rõ mặt, khỏi phải thấy ánh mắt vời vợi nhìn nhau.

Tôi đến nhà bạn, hai đứa ngồi đối diện bên ánh đèn dầu leo lét, bóng của hai mái đầu in lên vách dường như cũng đang thầm thì nói lời người đi kẻ ở. Không nhớ rõ đã nói với nhau những gì, nhưng sao tôi vẫn mang theo bên lòng câu bạn nghèn nghẹn nói, "Ừm, thôi K. về đi!"

Đường về nhà mọi hôm gần xịt, sao đêm đó tôi cảm thấy quá xa, chân quay về mà hồn như níu lại. Cái lạnh se da của tiết trời đông giá không tê tái bằng cái lạnh trong lòng. Tiếng thuyết minh của đội chiếu bóng lưu động đang chiếu phim ở sân đình Hậu Phước văng vẳng xa đưa, nhưng tôi nghe toàn tiếng nỉ tiếng non, buồn như tiếng khóc.

Sáng hôm sau cả nhà tôi lên đường, vĩnh viễn rời xa nơi chôn nhau cắt rốn mà không dám mơ có ngày trở lại. Riêng tôi coi như giã biệt người thương, giã biệt mối tình đầu. Chắc trời cũng buồn nên trời tuôn mưa, mưa gió làm cho cảnh từ ly thêm não nùng. Xe chầm chậm lăn bánh, tôi ngậm ngùi hướng về phía bạn đang đứng dưới giàn bông giấy, chiếc nón lá che nghiêng nên tôi không còn nhìn rõ mặt, chỉ thấy bàn tay đang vẫy vẫy dưới làn mưa mờ mịt lạnh lùng rơi. Con đường sũng nước mưa như chạy giật lùi, như cố tình đẩy bóng hình bạn mỗi lúc mỗi xa, mỗi lúc mỗi nhạt nhòa, cho đến khi khuất dạng.

***

Chiều nay mưa lại về, nhìn mưa đang bay đầy trời, tôi ước ao làm sao được lội xuống con suối ngày xưa, chờ đón những trận mưa rừng để xem nó có còn dữ dội, như nó đã từng làm cho tôi sợ gần chết nữa không!

Mong được đứng lại dưới tàng me già đầy lá rụng, chắc tôi sẽ lấy hết can đảm để lau giùm nước mưa đọng trên mặt, hoặc nhặt nhặt lá me vương vào tóc bạn, hay là tôi lại chối đây đẩy chẳng thấy gì ngoài một vùng trong trắng trinh nguyên.

Mưa trên giàn bông giấy ngày xưa chắc vẫn còn rơi tí tách, dù cơn mưa năm đó đã tạnh lâu rồi. Đưa tay hứng giọt mưa bay, cái lành lạnh của cơn mưa đầu mùa hè làm tôi rùng mình. Ngày xưa mưa đã bay bay nhiều, chiều nay mưa lại bay bay nhiều hơn. Giọt mưa buồn như nước mắt, có làm mi ai ướt như lời bài hát tôi đang hát bâng quơ "từ đây thôi mờ nước mắt buồn mi em thơ ngây".

HOA CỎ ĐỒNG NỘI

Việc kiếm cơm của hắn bao lâu nay là nghề tiện. Công việc này đòi hỏi sự tập trung cao độ, cộng thêm sự đo đạc chính xác để hàng làm ra không bị lỗi. Sơ ý một chút là máy dộng một cái rầm, gãy lưỡi khoan hay banh luôn cả máy móc là sẽ có cháo húp liền. Hoặc món đồ mình tiện ra mà sai kích thước thì hắn nhìn sếp, sếp nhìn hắn, bốn mắt nhìn nhau trào máu họng là cái chắc luôn.

Nhưng nói thì nói vậy thôi chớ không phải ngày nào cũng bị áp lực ghê gớm như vậy đâu. Cũng thỉnh thoảng máy móc chạy êm ru, gặp lô hàng lớn là chỉ việc chờ máy tiện xong, tháo ra ráp cục khác vào rồi nhấn nút cho máy chạy tiếp, còn hắn thì thọc tay vô túi quần nhìn đồng hồ chờ tới giờ... cơm hay đợi đến giờ về.

Trong khoảng thời gian chờ đợi đó là hắn có quyền suy nghĩ hết chuyện trên trời đến chuyện dưới đất, nhớ chuyện ngày xưa lẫn chuyện ngày nay, và hầu hết những bài viết của hắn đều hình thành trong những lúc đang cày kiếm cơm.

Như hôm nay chẳng hạn.

Nhỏ em gửi cho hắn xem những tấm hình nhỏ chụp được bên bờ rào nhà hàng xóm, kèm theo câu nhắn, "có gợi cho anh điều gì không?", và nhỏ nói tụi nó làm nhỏ bồi hồi, làm nhớ đến một thời tuổi thơ.

Ngắm mấy tấm hình, hắn nhận ra ngay: đây là trái chùm bao nè, đây là bông chim chim nè, ồ, có trái duối nữa nè. Trời đất quỷ thần ơi, một khoảng trời xa lắc bỗng nhiên đập vào mắt, làm hắn ngẩn ngơ như say nắng. Từ một ông già chát, hắn biến thành đứa con nít, nhảy tót lên chuyến xe tốc hành chạy vụt về quá khứ, để rồi thấy mình đầu trần chân đất đang lang thang khắp xó xỉnh nơi quê nhà, tai ngóng nghe tiếng chim chào mào hót trong lùm cây, mắt ngước tìm trái hoang chín, giữa mùa hè êm ả đầy nắng hanh vàng, lả lơi gió mát...

Ba tháng nghỉ hè ở quê là thời gian rảnh rỗi nhất, bọn con nít như tụi hắn thường tự làm lấy đồ chơi, chớ làm gì có tiền mà mua như bọn trẻ ở thành phố. Nào là chặt cây gòn làm trỏng, đẽo gỗ làm vụ, làm ná bắn chim, đủ trò đủ món.

Hàng rào sau nhà hắn có bụi duối, cứ vào mùa này là duối chín vàng, hắn hay rứt những trái nhỏ xíu bằng hột bắp cho vào miệng nhấm nháp, cái vị ngọt ngọt thơm thơm vẫn không át được ý tưởng đen tối trong đầu là làm sao chặt beng cây duối đi để đẽo vụ mà tía hắn không hay biết.

Nghĩ được là làm được, rình rình ông già không có ở nhà, hắn vác rựa trảm luôn cây duối, chặt lấy một khúc vác lên nhà thằng bạn, mặc kệ cho hàng rào hổng một lỗ to tổ bố, và mặc kệ luôn cái mông đít thế nào cũng đầy lươn xanh lươn đỏ bò lên đó.

Hùng Chuột, tên bạn của hắn, đẽo vụ rất cừ. Và cũng chính nó xúi hắn làm thịt cây duối đang xanh tốt, chớ hắn ngây thơ lắm, nào biết gì đâu. Gỗ duối rất dẻo, con vụ làm bằng gỗ này thì cứ gọi là quay vù vù lâu lắm mới ngã lăn cu chiêng, và lũ bạn có xúm lại bửa cũng không hề hấn gì.

Cầm con vụ mới toanh, tụi hắn nhập bọn với đám trẻ xóm dưới thi nhau hò hét. Đang chơi ngon lành, một thằng bị vụ văng trúng đầu, phun máu. Hắn hết hồn quăng luôn cả vụ chạy tọt về nhà, mà "lòng thầm mơ" đừng có đứa nào đổ thừa thằng Khương con ông chín Tổ gây ra, cả hai tội cộng lại thành một thì có đít bò cũng tét, nói chi đít người.

Ngoài những trò chơi nghịch ngợm bán trời bán đất ra, hắn cũng thường thơ thẩn một mình ngoài gò mốc để tìm ổ chim bắt về nuôi. Và khi bắt gặp được trái hoang nào như chùm bao, chim chim hay thù lù, bất kể sống chín, hắn đều mừng như bắt được vàng.

Trái chim chim thường mọc từng chùm, mỗi trái dài bằng ngón tay, có nhiều mắc, và mỗi mắc như được xâu vào que, mắc này chồng lên mắc nọ. Trái này ăn chán lắm, nó lạt nhách, chả mùi chả vị gì cả, chỉ được cái màu đỏ tươi, bắt mắt.

Chùm bao, có người còn gọi là trái nhãn lồng, ngược lại khá ngon. Đôi khi gặp hên, hắn vớ được một dây đến sáu bảy trái chín vàng ươm, tách ra ăn lấy chút "cơm" sền sệt lổn nhổn hột, có vị hơi chua chua ngòn ngọt. Giữa trưa hè nắng rát mà được ăn trái này chẳng khác nào được hớp miếng nước chanh đường.

Cũng có lúc xui xẻo, bỏ công rón rén lội vào đám gai mắc cỡ, thấy những trái chùm bao bị chim ăn hết, chừa lại cái vỏ nhăn nheo, hắn đâm quạu, hổng biết lũ chim mắc dịch mắc gió nào ăn hỗn ăn hào vậy ta! Chim quyên ăn trái nhãn lồng, ông mà bắt được, ông nhai cả lồng lẫn chim.

Dưới chân hòn Sầm ngày đó đầy cây quýt gai, không phải loại quýt ăn trái như cam như bưởi đâu, mà là loại quýt hoang mọc thành bụi thấp lè tè, đầy gai vừa dài vừa nhọn, đến mùa có rất nhiều trái lút chút. Hái đem về, luộc lên, bỏ thêm chút đường đen rồi bới ra chén, lấy cái xỉ múc ăn bùi bùi dẻo dẻo, cũng đủ no bụng, đỡ tốn cơm tốn gạo lắm. Nhưng để hái được nó cũng trầy vi tróc vẩy, cẩn thận thế nào cũng bị gai cào cho xướt tay.

Vậy mà hắn cũng có một kỷ niệm nhớ đời với đám quýt quỷ sứ đó.

Một buổi chiều trời êm gió mát, hắn nằm dài trên bãi cỏ ngắm mây trắng từng đám rủ nhau nhởn nhơ bay. Ngắm mây bay đã đời, hắn chuyển sang ngắm lũ bò lũ trâu đang ung dung gặm cỏ. Rồi hắn nảy ra ý định, bèn gạ gẫm một thằng đang ngồi trên lưng con bò cho hắn cưỡi thử. Đang mơ mình là Đinh Bộ Lĩnh phất cờ lau tập trận, con bò khốn kiếp nhảy ngược lên vì lạ chủ, hất hắn bay ào vô bụi gai quýt. Khỏi cần tả tình tả cảnh thì chắc ai cũng đoán ra hắn thê thảm như thế nào rồi phải hông!

Tụi bạn phải trảy từng nhánh gai moi hắn ra, và sau đó cả đám miệng mồm đều đen thùi lùi vì nhai quýt sống, chiến lợi phẩm tự dưng có được, nhờ có thằng nằm gai nếm mật bất đắc dĩ. Hắn xách bịch quýt đem về khoe với má, bà già la trời vì thấy thằng con y như chó vừa chui ra từ bụi tre gai.

***

Máy ngưng, lôi hắn về với hiện tại, lụi cụi làm việc mà chiếc vé vừa quay về với quá khứ vẫn còn ấm trong túi áo.

Được biết chốn xưa nhà cửa đã mọc lên như nấm, những gò những ruộng rẫy ngày nào nay đã không còn, và những thứ cây dại trái hoang giờ có muốn tìm lại cũng rất khó khăn. Những thứ rất đỗi tầm thường đó ngỡ như đã quên, đã thành kỷ niệm, nhưng mỗi khi nó trỗi lên mãnh liệt là làm nao cả lòng. Đôi lúc hắn tự hỏi những đứa trẻ con sau này làm sao biết được tía má của chúng đã từng đi qua tuổi thơ như thế. Những món quà quê ngày xưa, những hoa đồng cỏ nội ngày cũ giờ chắc chỉ còn là một thời vang bóng ...

NHỮNG TRẬN ĐÁ BANH TRONG ĐỜI

(Thân tặng cho tất cả những ai đã từng rượt theo trái banh da...)

- Đôôôô…

      - Whatttttt?

- Que basă?

- Đ…

Đến chỗ này hắn may mắn sì tốp lại kịp thời, trước khi quăng ra thêm một tiếng Đức nữa cho đủ bộ để thỏa cơn tức điên người, trong khi hai thằng nhóc tì mắt tròn mắt dẹt ngồi ngay trước mặt nhìn ông già tía của chúng nó đang tặc dăng nổi giận.

Không điên tiết lên sao được khi đang say sưa chú mục vô TV để theo dõi đường banh đẹp như mơ, đẹp còn hơn tranh vẽ của cầu thủ Hòa Lan mang số 9, đội tuyển có biệt danh cơn lốc màu da cam mà hắn đã từng chết mê chết mệt từ khi biết đến bóng đá quốc tế, vừa mới đội một cú banh cầu vòng thần thánh qua khỏi đầu thủ môn Tây Ban Nha đang đứng bó tay, há hốc miệng, tuyệt vọng ngó theo thì màn hình bỗng dưng nấc cụt, ngoằn ngoèo loằng ngoằng đủ màu đủ sắc, chớp ngang chớp dọc vài cái rồi đứng cứng ngắc.

- Cái ti di bị gì dị?- Hắn gầm lên như sư tử bị trúng đạn, lăn ra khỏi võng, chồm đến sát TV và trừng trừng nhìn nó cứ như sắp ăn tươi nuốt sống đến nơi rồi không bằng.

- Trời đang kéo mưa giông đen kịt nên Ti Vi mất sóng, ông không thấy hay sao mà la ỏm tỏi lên dị! - Vợ hắn lên tiếng.

Hắn lườm vợ, cố nuốt cục tức xuống, đùng đùng mở cửa bước ra sân sau, tiện chân tung một đá vào chiếc gối làm cho nó bay cái vèo xém trúng vào cái tủ gương kê sát tường.

Đứng lặng nhìn trời đang nổi giông nổi gió, trong lòng hắn cũng đang nổi gió nổi giông. Con bà nó, nhè ngay lúc này mà mưa. Chả biết trái banh huyền thoại khi nãy có lọt vào lưới không nữa! Bực quá trời là bực, đang coi ngon lành, thiệt tình!

Hắn lầu bầu trong miệng như chó nhức răng.

Mưa chiều mờ mịt rủ rê theo nhiều kỷ niệm xưa cũ của những trận đá banh với chúng bạn ngày nào, để rồi lũ lượt nắm tay kéo nhau về thăm hắn.

Lúc đó làm gì mà với tới quả banh da. Chỉ là banh nhựa thôi, đá vài ba lần là nó thủng, xì hết hơi và lăn lệt bệt dưới đất. Hắn cùng lũ bạn bóp bụng hùn tiền rồi cặm cụi đạp xe lên thị trấn thửa về một trái banh mới thơm lừng mùi da thuộc, nằm tòn ten trong bọc lưới ny-lông màu đỏ tươi rực rỡ. Đó là trái banh da đầu tiên, là cả một gia tài mà những đứa học trò nghèo sắm được.

Với quả banh đó hắn cùng lũ bạn có những trận quần

thảo với nhau ngay trong sân tường trong những giờ ra chơi. Để đến khi tan trận thì đứa nào vào lớp nếu không lấm lem bụi đất thì cũng trầy tay sướt gối, hổn ha hổn hển thở quên cả việc học hành.

Thầy cô thấy vậy nên ra lệnh cấm tiệt không đứa nào được đá banh nữa. Học trò nếu không chơi banh trong sân trường thì đâu phải là học trò. Vì thế nên hắn thường nhập bọn với lũ bạn sau lúc trường tan để bày cuộc vui mới.

Thế là trái banh da có dịp nhè cửa sổ hay cửa chính của phòng học va vào rầm rầm, thiếu điều muốn tung luôn cả cửa, sút văng cả bản lề. Hoặc nó rất thường xuyên nhè mái ngói mà nảy tưng tưng trên đó, khiến ông cai trường lo sốt vó, sợ mùa mưa đến học trò phải mặc áo mưa ngồi trong lớp, vừa học vừa hứng mưa rơi.

Trái banh bị xiết, bị bỏ tù trong phòng dụng cụ học sinh một cách không thương tiếc. Năn nỉ xin lại không xong, tụi hắn đành phải chắt bóp gom góp tiền mua trái banh khác mà héo hắt cả ruột gan.

Riêng hắn thì tìm cách trả thù ông cai trường cho bỏ ghét.

Nhà ông ta rất nghèo. Ông có trồng một giàn bầu đang độ sai hoa, hứa hẹn sẽ trĩu quả để còn hái đem ra chợ bán đắp đổi qua ngày. Ông lại có tật ở bàn chân nên mỗi lần gánh nước tưới rau rất là khó nhọc.Hắn chờ đến đêm, nhẫn tâm đổ nguyên một thùng nước sôi xuống gốc, mặc kệ hậu quả ra sao thì ra.

Qua ngày hôm sau giàn bầu đang tươi tốt bỗng héo rủ cả ngọn lẫn lá. Bao nhiêu nước ông gánh tưới cũng không cứu được, cả giàn bầu đi đong. Những giọt nước mắt thi nhau lăn dài, ông lặng lẽ khóc. Ông vẫn không hề biết rõ nguyên nhân từ đâu.

Riêng hắn thì ăn năn đã muộn, một niềm hối hận dâng ngập lòng, nhưng bí mật đó đến bây giờ hắn vẫn còn giữ kín, không dám hé răng.

Chuyến về thăm quê vừa rồi hắn có gặp lại ông cai trường ngày xưa. Hình ảnh giàn bầu bị trụng nước sôi của quá khứ cộng với vẻ già nua hiện tại của ông khiến hắn ngậm ngùi. Dù cho hắn có đền bù đến bao nhiêu thì niềm ân hận vẫn nhói trong tim mỗi khi nghĩ đến.

Ủa, đang kể về chuyện đá banh mà sao lại tự dưng hắn lại nhảy qua chuyện giàn bầu vậy hả trời ? Thôi, để quay lại kẻo lạc đề!

Trận bóng đá đong đầy hỷ nộ ái ố trong đời mà không cách nào quên được là lúc hắn đã thôi học.

Hôm đó hắn và lũ bạn cùng xóm có độ với "cựu thù" ở xã bên. Tụi nó đá banh cừ lắm, cứ năm lần gặp nhau trên sân cỏ thì nhóm của hắn phơi áo hết cả ba bốn lần. Phen này quyết chí phục thù.

Hắn cố gắng mời bằng được Kiềng méo, người cùng làng lớn hơn hắn vài tuổi, thiên tài đá banh, từng khoác áo đội tuyển huyện nhưng đã giải nghệ sớm để lấy vợ.

Hắn tới nhà năn nỉ ỉ ôi nào là vì tụi hắn nhiều lần đá không lại người ta, nay nhờ Kiềng méo xuống núi rửa hận giùm. Nể tình cũng có, máu nghề nghiệp nổi lên cũng có, cho nên anh ta nhận lời cái rụp, không cần biết đang bận bịu xay bột để vợ làm bún bán cho kịp phiên chợ ngày mai. Kiềng méo chụp lẹ cái áo, không kịp xỏ tay, lấm lét nhìn vợ rồi bay qua khỏi hàng rào me để đi theo tiếng gọi của trái bóng lăn, mặc kệ bà vợ đang thở dài ngao ngán nhìn theo đôi chân thằng chồng ham chơi còn dính bột gạo trắng lốp!

Cả đội tuyển vườn của hắn chỉ có vỏn vẹn bảy người, đủ để gầy một trận banh đối đầu với đội tuyển Đập Đá xã bên. Có nhiêu chơi nhiêu, cần gì phải đủ mười một thằng mới đá bóng được.

Thằng Nhưng Em với một chân to chân nhỏ thì lo cánh trái. Tín phân bò (vì tròng mắt nó có 1 vệt đen, theo "truyền thuyết" thì nó bị bò đá văng phân vào mắt nên mới chết tên như vậy) có nhiệm vụ chạy cánh phải. Vai trò của Kiềng méo là trung vệ kiêm luôn hậu vệ. Hai anh em thằng Thanh và Bạch, có ngoại hiệu là Thanh xà và Bạch Xà, lãnh bổn phận giữ tuyến trên. Riêng hắn là thằng bị đám bạn dí cho cái tên Khang rảy, vì khi hắn đi bóng hai tay thường rảy rảy hai bên, rất xui cho thằng nào mà chạy dành bóng với hắn, bị rảy một phát vào "đặt khu kinh tế" là có nước bụm rồi nằm thở dốc, lại dành chơi với vai trò trung phong, cho dù bắt banh mới là nghề chính của hắn.

Hắn ưu ái nhường việc giữ gôn cho thằng Tiền vịt xiêm. Cái thằng tên sao thì người vậy, cả đi lẫn chạy đều lạch bà bạch như con vịt, rất ư là ngộ nghĩnh.

Thành phần đội tuyển đối thủ là những đứa trạc tuổi hắn có nghề đục đẽo đá xanh để làm cối hay làm bia mộ.Tụi nó đứa nào cũng quặm trợn gồ ghề vì phải mím môi mím lợi quại vào đá hàng ngày, và khi đụng vô trái banh thường chơi theo chiến thuật chém đinh chặt sắt, hèn chi đụng trận với chúng nó tụi hắn lúc nào cũng từ chết tới bị thương.

Nhưng nay gió đã xoay chiều, hắn đã mời được một kiện tướng lo về phòng thủ, cho dù có đá đến bể banh thì cũng không thể nào bắt Tiền vịt xiêm đem theo kim chỉ để chui vào lưới nhà vá lại lỗ thủng như mọi lần.

Sân bóng là một triền đồi thoai thoải ở hòn Sầm đầy những đá vụn. Trên đỉnh núi là mỏ khai thác đá, cứ đến giữa trưa là "ầm" một tiếng, đá lớn đá nhỏ văng tứ tung. Những miểng vụn bay xa rồi rớt xuống triền dốc, nơi có sân bóng cho những đứa trẻ nghèo say mê quần thảo với trái banh da.

Cầu môn là một đống áo của những cầu thủ cởi ra vì sợ rách, dồn lại rồi chất đống hai bên với một khoảng cách ước lượng để làm khung thành.

Các cầu thủ lần lượt ra sân. Chân không giày, người thì ở trần trùi trụi, không cần trọng tài chính hay trọng tài biên, không cần chào khán giả, cứ thế tâng banh lên và lao vào nhau tranh giành mê mãi.

Đối thủ đá không chê vào đâu được, tiến công như vũ bão khiến cho Kiềng méo cứ gọi là vắt giò lên cổ, tả xông hữu đột phá banh lia chia. Nhờ vậy Tiền vịt xiêm đỡ vất vả vào " lưới" lượm banh ra. Nhìn Kiềng méo chơi banh mới biết anh ta là dân nhà nghề rõ ràng. Một chân trụ vững, một chân co lên, tay vòng ra trước bụng, tay duỗi thẳng ra sau lưng, đón và tạt banh rất điệu nghệ. Nhưng nhớ đừng nhìn vào mặt vì lúc đó miệng anh méo xẹo, mắt mở trừng trừng, bảo đảm sẽ bò ra cười quên cả đá banh!

Riêng Tiền vịt xiêm nhà ta chả biết bắt banh cái kiểu gì mà khi quả banh được câu bổng từ phía bên kia, nó chạy ra trước để đón, sau đó lại thụt lùi dần, ngửa mặt lên trời nhìn quả banh đang nhểu xuống. Đến lúc chụp được thì cả người và banh đã nằm đàng sau hai đống áo rồi.

0 - 1.

Cả bọn xúm lại xỉ vả nó tơi bời, không cho làm thủ môn nữa. Đang từ vị trí thủ thành, vịt xiêm bị đùn lên trên lặc lè chạy, đôi lúc không biết nó rượt banh hay là banh rượt nó nữa.

Thế là hắn bị điều về giữ khung thành thay thế cho nó. Giữ gôn có cái khoái riêng của nó. Sau một phen trổ tài bay nhảy để cứu bàn thua, hắn câng câng cái mặt, liếc mắt qua chỗ có mấy "em gái" đi mót lúa, vì ham vui mà tụ lại vỗ tay hò hét để cổ vũ cho thủ môn tài ba.

Sướng gì đâu!

Trận đấu đang diễn ra ngon lành thì trời đổ mưa xối xả. Sân banh ngập đầy nước. Trái banh bị ngấm nước nên cứ lệt phệt dưới chân, đá mạnh cách nào cũng chẳng đi xa như mong muốn. Không những vậy mà nó còn trơn và nhớt như da lươn, ôm nó trong tay mà nó cứ dỗi ra như là ôm ai đang hờn đang giận.

Quần của thằng Bạch Xà bị nước mưa kéo xệ xuống khiến nó cứ vừa chạy rượt theo banh vừa xốc lên, cố giữ đừng tuột. Đến lúc nó nhảy lên đội đầu thì cả đám đều ôm bụng cười cười ngã nghiêng ngã ngửa vì mông của nó lòi ra trắng hếu. Trận đấu phải tạm gián đoạn, chờ cho cầu thủ chạy ra ngoài bứt giây chuối cột lại quần rồi vào đá tiếp.

Đang đứng lơ tơ mơ nhìn tụi bạn cố gỡ huề, bất ngờ

có thằng quỷ nào vích một phát khiến trái bóng bay bổng về phía hắn. Hoảng hồn hắn nhảy dựng lên, hai tay cố đẩy bóng qua đầu, nhưng trái banh vẫn lọt ra đàng sau lưng hắn. Banh trơn quá bắt không được.

Thay vì chịu thua bàn thứ hai, hắn và tụi bạn xúm lại cãi chày cãi cối là trái banh đã được búng vượt xà ngang rồi, trong lúc đó có ai thấy cái xà ngang nằm ở chỗ nào.

Bên đối phương bèn ngoắc Kiềng méo lại:

- Mày nói cho tụi tao biết là trái bánh đó dô hay chưa dô? Nói đi, tụi tao hứa là sẽ không lôi thôi gì nữa cả!

Kiềng méo nhìn mặt từng đứa bạn rồi thểu não bung ra một câu:

- Thua rồi tụi mày ơi! Đừng cãi nữa!

Hắn bực mình với thằng "phản bạn", bèn nhắm trái banh phản chủ tung cho nó một đá thiệt mạnh.

Đúng là ý trời hại cái thằng cố tình ăn! Thay vì quất vào trái banh, hắn quất vào cục đá đang mai phục dưới làn nước mưa lênh láng. Hắn ôm chân la làng. Giở giò lên nhìn thì một móng chân văng đi đâu mất, máu và nước mưa trộn lẫn vào nhau, nhòe ngoẹt trông ớn không thể tưởng tượng.

Lũ bạn vội xé hết những điếu thuốc lá, nhổ thêm cỏ nhai rồi trộn chung lại rịt chân cho hắn mà máu vẫn không cầm. Chả biết có thằng tiểu yêu nào thọc tay bứt cái giống gì trong quần nó ra, đắp thêm vào ngón chân hắn đang tét lét toè loe rồi xé áo băng lại. Cuối cùng máu cũng ngưng chảy, hai thằng xốc nách dìu hắn đi về.

Vừa phải mất một con gà để chung cho đối thủ, vừa bị mất một móng chân. Đau còn hơn bị bò đá!

Đó là một kỷ niệm nhớ đời hồi còn ở quê.

Kỷ niệm thứ hai là ở Utah, đá banh với tụi bạn học chung trường Utah Tenical College vào năm đầu tiên hắn vừa tới Mỹ.

Cũng tự cho mình có tài bắt bóng thần sầu quỷ khốc nên hắn xin đảm nhiệm chức thủ thành.

Chơi đá banh ở Mỹ không còn theo diện con nhà nghèo nữa rồi. Có nghĩa cầu thủ ra sân phải mặc đồng phục có số áo hẳn hoi, chân phải mang giày mang vớ đàng hoàng, và đá trên sân có cỏ xanh mềm như nhung.

Trận đấu diễn ra khá hào hứng, hắn loi choi sàng qua sàng lại, mắt dõi theo từng đường banh đang diễn ra trước mắt. Đột nhiên đối phương đang ở vị trí khá xa co cẳng dứt một cú khá căng, bóng hùng hổ lao vào khung thành của hắn cứ như B-40 dội vào xe tăng. Hắn hốt hoảng thụp xuống tránh, vì có cho kẹo cũng không dám đưa tay bắt lấy. Lực trái banh bay nhanh kinh hồn, xẹt ngang đầu làm tóc tai hắn dựng đứng cả lên.

Lũ bạn sừng sộ hỏi phải hắn bán độ hay sao mà chơi kỳ quá vậy. Ai đời thủ môn mà đi né bóng! Kệ bà tụi mày muốn nói sao đó thì nói cho đã đi, chứ ông không dám bắt. Bắt cho bể ngực chết à! Tụi mày có dám bắt đạn đại bác đang bay không? Ông thì đếch dám.

Tụi nó tống cổ cái thằng chết nhát ra sân. Từ đó hắn đành giải nghệ với sân banh vô điều kiện.

***

Ngắm mưa bay hắt hiu ngoài trời mà cứ ngỡ mưa đang bay trong lòng. Giọt mưa nào vô tình vương trúng làm mắt hắn ươn ướt. Hắn nhớ đám bạn của hắn lắm, nào Vịt xiêm, Thanh Xà Bạch Xà, nào Kiềng méo, nào Tín phân bò… Tụi bây giờ trôi giạt nơi nao? Đang làm gì? Có lần nào bất chợt nhìn mưa rơi rồi khiến tụi mày nhớ đến thời còn trai trẻ, nhớ đến thằng Khang Rảy này không?

Hắn mân mê ngón chân có chiếc thẹo mà ngỡ như đang mân mê về quá khứ.

Không có dòng sông nào đưa người tình bóng đá của hắn đi biền biệt cả, nhưng sao hắn lại ngậm ngùi ngồi một mình như khóc tuổi thơ đã trôi xa, như Vũ Đức Sao Biển đã từng trải lòng trong lời nhạc của mình…

- Bá, TV có hình lại rồi nè!

Tiếng thằng con gọi làm hắn nhảy bổ trở về với thực tại. Hắn vặn TV cực lớn, mồm suỵt suỵt vợ con giữ im lặng để cho hắn được thả hồn vào môn thể thao mà hắn xem như là máu là thịt.

Ừa, giờ già rồi, không còn sức để chạy theo trái banh nữa thì nằm khoèo thưởng thức thiên hạ chơi, cũng chẳng khoái ư!

GIÁNG SINH NHỚ MÁ

Tối hôm qua, tôi cùng thằng út đạp xe dạo một vòng chung quanh nhà, ngắm thiên hạ giăng đèn kết hoa mừng ngày Chúa ra đời.

Bánh xe quay đều, đưa hai cha con tôi lang thang từ đầu trên tới xóm dưới. Có lẽ kinh tế còn èo uột khiến cho xóm láng giềng gần phải tiết kiệm nhiều hơn mọi năm, nên có nhà đèn sáng như sao sa, có nhà tối hù như đêm ba mươi không bằng.

Về đến nhà mình, ngõ trước sân sau gì cũng không có một ngọn đèn làm thuốc. Con tôi thắc mắc sao đã gần đến ngày lễ rồi tôi vẫn chưa trưng bày gì hết. Tôi lặng thinh hồi lâu rồi mới nói:

- Đâu phải lần đầu đâu con. Đây là lần thứ hai nhà mình không đón Giáng Sinh rồi, con không nhớ sao!

Con tôi gật đầu, buồn buồn ngoái nhìn qua nhà hàng xóm rồi lặng lẽ dắt xe đạp vô ga ra cất.

Tôi nhớ những năm trước, cứ vừa xong lễ Thanksgiving, chúng tôi đã chuẩn bị trang hoàng nhà cửa với hy vọng nhà mình sẽ là nhà đón mừng Noel sớm và đẹp nhất trong xóm.

Trước đó cả tuần, chúng tôi cắt cỏ sạch sẽ, tỉa lại cây cối cho gọn gàng, ngăn nắp. Những cây cảnh quanh nhà, như cây sồi chẳng hạn, tôi đã uốn nắn rồi tạo dáng cho nó, với tàng lá tròn xoe như chiếc nấm rơm xinh xinh, phải mất biết bao công sức bấy lâu mới có được. Cây Holly Tree cũng vậy, đem từ vườn ươm về nó cứ như người rừng, lá cành chen nhau lung tung nhìn rối cả mắt.Thế là tôi ép nó vào khuôn phép, bây giờ cô nàng đã có dáng một cây thông xanh um, điểm xuyết thêm những chùm trái chín đỏ tươi lấp ló trong ngàn lá, nhìn duyên dáng lắm. Cây cọ cao bồi cũng chịu chung một số phận, cứ tàu lá nào rủ xuống là tôi chặt trụi, chỉ để một ít trên ngọn, trông như những bàn tay khổng lồ chỉa thẳng lên trời xanh, xôn xao vẫy gọi những đám mây giang hồ lửng lơ bay qua lại.

Mỗi năm chúng tôi thiết kế đèn đóm theo chủ đề khác nhau, không năm nào giống năm nào.

Có năm tôi treo đèn theo đề tài Vườn Hoa Cây Cảnh.

Chiếc nấm rơm trở thành cây cam lúc lỉu trái đủ màu đủ sắc. Chàng cọ lẳng lơ đóng vai quả thơm xứ Hạ Uy Duy với mái tóc lởm chởm lấp lánh ánh đèn xanh biếc, diện chiếc áo màu vàng tươi khoe đủ cả trăm cả nghìn mắt nhấp nha nhấp nháy. Nàng thông điệu đà đội chiếc vương miện đỏ rực trên đầu, trong lúc xiêm y là những bóng đèn màu sắc sặc sỡ đang cuống quýt đuổi nhau chạy vòng vèo lên xuống.

Lần khác, chúng tôi ngầm tri ân nước Mỹ bằng cách trang trí cho tất cả cây cối, nhà cửa chỉ với ba màu trắng, xanh và đỏ. Mỗi lúc lên đèn, nhà tôi cứ như là một lá cờ sao vĩ đại đang ngạo nghễ khoe màu khoe sắc, góp phần làm đẹp cho đất nước đã cưu mang mình.

Mặt trời vừa đi ngủ là hình như tất cả các vì sao trên trời đều sa xuống nhà tôi, nhóm tụ lại vui đùa trên các cây cỏ, nhóm nhảy múa trên viền mái nhà, có lẽ chúng cũng muốn góp phần nhộn nhịp, cùng vui đón một mùa lễ hội thật an lành no ấm. Ai đi qua nhà cũng đều dừng lại trầm trồ chỉ trỏ, làm chúng tôi vui lây, tạm quên đi cái hóa đơn điện sẽ làm cho tôi méo cả mặt.

Bảy năm qua nhà chúng tôi lúc nào cũng "đèn hoa giăng đầy ngõ" như vậy hết, nhất là những lần có tía má ở chung. Tôi không sao quên được nụ cười trên khuôn mặt nhăn nheo của má, mỗi khi bà ngồi trên xe lăn để cho tôi đẩy đi ngắm đèn trong xóm. Đi ngang nhà nào bà cũng xuýt xoa khen sao họ trang trí đẹp và khéo quá, và bà bảo tôi xứ Mỹ này thật là sung túc thịnh vượng, nên cách họ đón mừng lễ hội cũng khác hơn ở quê xưa.

Lạ một điều là khen ai thì khen, chứ những gì cha con tôi bỏ công ra chăm sóc cho nhà của mình, bà không khen một tiếng. Tôi chờ lâu quá bèn hỏi tại sao, thì chỉ nhận được tiếng trả lời:

- Thằng tía mày!

Nhưng khom xuống nhìn, tôi lại thấy ánh mắt của má tôi rạng rỡ khác thường, dường như những ánh đèn màu đang lung linh trong đôi mắt đã mờ dần theo năm tháng chồng chất.

Tôi hy vọng má con tôi sẽ còn rất nhiều lần đón mừng Giáng Sinh với nhau. Nhưng rồi tất cả mọi háo hức chờ đón Noel cho năm đó bỗng dưng đổ sụp.

Chiều hôm ấy đi làm về, mở cửa phòng, tôi thấy vắng tanh vắng ngắt không một bóng người. Tía má tôi âm thầm về Việt Nam không cho chúng tôi hay. Tôi chết lặng vì tôi biết ông bà yếu lắm. Liệu có đủ sức ngồi trên máy bay với chừng đó thì giờ không? Lỡ có đau ốm bệnh tật, các con đều ở xa thì biết xoay xở như thế nào? Bao nhiêu lo âu chiếm hết những suy nghĩ trong đầu. Tôi buồn vô cùng, buồn đến nỗi không còn hứng thú gì để trang hoàng nhà cửa, không đèn không đóm, vì còn gì vui nữa mà đóm với đèn.

Tuy vậy, những mong mỏi còn có dịp được đón tía má về ở chung vẫn còn âm ấp trong tôi. Tôi đi tìm mua những vật dụng ở các cửa hàng họ bán hạ giá sau X-Mas, hầu để chuẩn bị cho một đề tài khác vừa chớm hình thành, và tôi quyết chí năm nay sẽ làm lạ hơn, lộng lẫy hơn những lần vừa qua, để cho tía má thấy thằng con có khiếu sáng tạo nhiều kiểu khác người như thế nào.

Nhưng bao nhiêu toan tính, ước mơ không bao giờ còn thực hiện được. Chỉ chưa đầy năm tháng, tính từ ngày tía má tôi về quê, hung tin thản thốt bay về: từ nay tôi không còn mẹ ở trên cõi đời này nữa.

Gần một năm trôi qua nhưng niềm đau vẫn còn nhói trong lòng. Cứ gần đến ngày lễ Giáng Sinh là tôi cảm thấy buồn tủi hơn bao giờ hết. Nhìn thiên hạ nhộn nhịp nào đèn màu, nào cây thông, nào hoa quả quà cáp là tôi nhớ má tôi lắm. Nhớ dáng má ngồi trên xe lăn nheo nheo mắt ngắm đèn, nhớ nụ cười móm mém tỏ ý hài lòng khi thấy con mình có những ý tưởng ngộ nghĩnh trong cách trang hoàng cho lễ lộc.

***

Tôi ngồi im trong bóng đêm, trên chiếc xe lăn của má để lại, dõi nhìn giàn đèn màu nhà hàng xóm, nó nhớ ai mà cứ nhấp nha nhấp nháy hoài. Đèn ơi, má tôi đi xa lắm rồi, không về nữa đâu, đừng có chớp mắt đợi chờ nữa mà!

Ủa, sao tự dưng mắt tôi lại nhòe nhoẹt thế này! Trời đêm nay trở lạnh bất thường, dòng nước mắt dường như ấm hơn, lặng lẽ lăn dài trên má...

PHÁO VÀ TUỔI THƠ

Bảy năm sống tại thành phố Bradenton này, năm nào vào những ngày cận kề July 4th các con tui cũng đều nhao nhao đòi đi mua pháo. Còn đến hơn cả tuần nữa mới tới lễ Độc Lập mà tụi con nít hàng xóm đã đì đà đì đùng lai rai, khiến lũ nhóc tì nhà tui càng hối thúc liên hồi làm tui muốn ná thở.

Đứa thì "Con thấy Sam's Club đang sale, rẻ lắm bá ơi!" Thằng thì "Sky King có gửi coupon về tận nhà mình nè, buy one get one free nữa nè." Hai đứa xúm lại cãi rân trời, tranh hơn tranh thua, không đứa nào chịu nhường đứa nào hết. May thời tui chỉ có hai mống, chứ cả chục chắc tui đã nổ banh xác pháo vì quá bực mình. "Con ơi là con! Sam hay Sky King gì họ cũng bán hết, đâu có cho không đâu! Tại sao mình phải đem tiền đi đốt hả, con!" Lầu bầu thì lầu bầu, tui vẫn phải chở chúng đi mua cho kịp mừng ngày sinh nhật của quốc gia của này.

Tới tiệm bán pháo, tui mới bật ngửa ra nơi đây đúng là một rừng pháo đủ cỡ, đủ loại, giá cả loạn cào cào châu chấu cả lên, từ vài đồng cho đến bạc ngàn cũng có luôn, tha hồ lựa chọn. Tui hoa mắt không biết nên lựa thứ nào, đành phó mặc cho nhân viên bán hàng chọn giùm cho hợp với độ tuổi của hai thằng quý tử. Cuối cùng thì con tui tươi cười vác ra hai hộp pháo bự bành ky, bắt bá nó phải méo mặt móc bóp.

Cái gì? Nhiêu đó mà 130 đô hả? Chưa tính thuế nữa hả? Có lộn hông vậy trời! Buôn bán kiểu đế quốc Mỹ có khác, mua một tặng một tính tiền là hai cái nè trời! Lát nữa về chắc tui sẽ banh ta lông với bà xã quá!

Tuy tiếc tiền muốn đứt cả ruột, nhưng lỡ hứa với con rồi nên đành bấm bụng. Không muốn chúng nó mất lòng tin, nên khi hứa điều gì thì tui quyết tâm giữ cho bằng được, dù biết rằng "Quân tử nhất ngôn là quân tử dại, quân tử nói đi nói lại là quân tử khôn."

Chiều xuống, mặt trời hình như vội vã tắt nắng đi ngủ sớm, để cho đêm đốt pháo được tưng bừng đầy màu sắc hơn. Pháo phiếc, vòi nước vòi niếc, bật lửa bật liếc gì dã được hai thằng nhóc con bày binh bố trận ra sẵn ngoài đường rồi. Nhìn hai thằng gà tồ đốt pháo, tui ngứa gan gì đâu!

Cái bật lửa bằng ga dài như cái đòn gánh, trong khi viên pháo nhỏ xíu bằng cái lỗ mũi chuột, thằng anh đứng cách xa cả cây số cứ thì thà thì thụt châm hoài vẫn không bén lửa. Bén sao được mà bén, lửa chưa kịp chạm vào ngòi là nó đã dợm giò dọt rồi. Còn thằng em có bao nhiêu tay đưa hết lên đầu, ôm lấy tai sợ pháo nổ bể màng nhĩ. Trời ạ! Pháo này là pháo xì, khi cháy nó chỉ chạy lăng quăng rồi xịt ra khói thôi, chứ không có nổ thành tiếng. Chính nó giải thích cho tui nghe, bây giờ đụng chuyện thì anh hùng như vậy đó!

Nhìn tụi nó loay hoay mà tui nhớ tuổi thơ của tui quá! Tui mua pháo cho con chơi, thực ra là mua cho tui đó.

Thời còn nhỏ, tui là đứa mê pháo lắm. Mê pháo và

chơi pháo một cách rất nghịch ngợm. Tui luôn là một trong những đứa bày đầu ra đủ chuyện để có cớ bị ăn đòn. Chuyện "ăn lươn um" vì pháo thì vô số. Nhưng có một chuyện đến nay mỗi lần nhớ lại tui vẫn còn rùng mình.

Hôm đó mới mùng ba Tết, ngày mà ở dưới quê mọi sinh hoạt đã trở lại bình thường, chỉ có trường học còn đóng cửa, nên tui theo tụi bạn ra đồng thả bò ăn cỏ. Trong túi còn một đống pháo đã tháo rời ra từng chiếc, tui vừa đi vừa đốt vừa thảy lên trời cho nó nổ tung, miệng cười khanh khách ra vẻ ta đây lắm.

Có lẽ điệu bộ cà chớn của tui làm sôi máu một thằng, nên nó sấn tới:

- Cái trò của mày làm xưa rồi. Tao có trò mới nè, mày gan hông, tao thách mày dám tới nhét pháo vào móng chưn con Cộ rồi mày đốt đó, nó là con bò điên đó mầy!

Tui nhìn mặt con bò của nó mà hết hồn, dữ dằn như mặt thằng ăn cướp, nhất là cặp sừng vừa cong vừa nhọn hoắc, nó mà lụi vào bụng tui thì kể như rồi đời. Cộ ta gườm gườm nhìn tui như muốn nói: "Chớ chơi ngu à nha! Ôm hận đó nha."

Sợ thì sợ teo thì teo, nhưng máu liều nổi lên thì tui còn kể số gì nữa. Thế là rón rén cầm chiếc pháo cắm vô chưn nó, thằng này đốt chơi!

Pháo nổ đánh đùng một tiếng.

Con bò rống lên một tiếng, hai chưn sau nó đá ngược lên trời, rồi nó lồng lên chạy bán sống bán chết. Nó nhắm hướng chợ phóng riết vô. Người ta la chói lói. Người ta bò lăn bò càng. Hàng hóa đổ chỏng gọng.

Và ông già tía lôi tui dìa nhà. Chuyện gì đến đã đến. Có bao nhiêu roi ông lì xì cho tui bằng hết. Tui ôm đống lươn um nổi dọc nổi ngang đó đến hai tuần sau mới dám ló mặt ra khỏi nhà.

Trời ạ, đầu năm mới tui xuất hành trúng hướng quạ tha gà mổ nên sao chổi chà chiếu xuống mông tui tận tình, những lằn xanh lằn đỏ vằn vện lên mông đít, đẹp như tranh vẽ. Thiệt khổ cho cái thân tui!

Trầm ngâm nhìn các con tui vui đùa qua làn khói xám trắng mờ, mùi thơm quen thuộc của khói pháo làm tui miên man nhớ lại thời xa ngái, tui cũng đã từng được tắm mình vào cái không khí nao nao của thời khắc năm hết Tết về, cái thời còn bịt tai nép sau cánh cửa xem ánh lửa nhoang nhoáng nổ của những tràng pháo đón xuân sang, hoặc nhảy ùa vào tranh từng viên pháo lép rơi rớt xuống đất với các nhóc tì nhà hàng xóm, trong khi phong pháo vẫn còn nổ tành tạch trên đầu.

Phong pháo ngày xưa ngắn ngủn à, chỉ nhỉnh hơn gang tay, có được một phong thôi là như có được cả một gia tài. Muốn pháo được nổ giòn giã hơn là phải trèo lên mái tôn phơi cho nó khô thêm, và phải canh trời mưa để kịp đem vô, nhưng quang trọng nhất là coi chừng có thằng quỷ khác nhè ...dĩa mứt gừng của mình mà rinh đi mất. Bị rồi chứ phải chưa đâu! Biết tỏng là pháo nó đốt là chôm của mình mà không cách gì lấy lại được. Không tang không chứng đố làm được gì nhau.

Rồi lớn lên một chút, tui được ông già tía giao cho nguyên phong pháo, háo hức chờ đến giao thừa được tự tay châm lửa, hồi hộp nghe tiếng pháo ở nhà mình và nhà hàng xóm thi nhau nổ đì đùng, để được nghe mùi pháo thơm nồng trong đêm trừ tịch se se lạnh. Để rồi ngẩn ngơ nhìn gió thổi xác pháo hồng cuốn chạy lao xao dồn về cuối sân, để biết mình vừa thêm được một tuổi, và chạnh buồn vì Tết đã đến đồng nghĩa Tết cũng sắp qua…

Giờ đây, nhìn các con chơi pháo, tui thấy chúng nó hiền lành quá. Phải chi vào tay bá nó thì mớ pháo kia có thể được sáng tác ra lắm trò ma mãnh nữa là khác!

Nhưng tui chợt nhận ra giờ đây tui cũng quá ư là hiền. Tui cứ chạy tới chạy lui dặn dò con chơi cho cẩn thận. Nhớ đừng đứng gần quá trong khi pháo đang cháy. Nhớ đừng cầm pháo quăng lên quăng xuống. Hết nhớ này đến nhớ nọ, tui chỉ mong chúng nó nhớ đừng nghịch ngợm như tui ngày nào là mừng lắm rồi!

Người ta thường nói "xưa bày nay vẽ." Tui chỉ mong sao con tui đừng giống tui với những trò ma bùn mà tui bày ra ngày xưa, chỉ nên vẽ lại những gì thơ mộng nhất, những gì đẹp đẽ nhất mà bá của chúng nó đã trải qua trong lứa tuổi hoa niên ngày nào.

SÀI GÒN VÀ LI-MÔ-NÁT

Bạn nào đã đọc của bài tôi, chắc đôi lúc cũng thắc mắc tại sao tôi hay viết "ửa, ửa", nghe hổng giống ai chút nào! Thật ra khi viết tôi mới vậy, chớ khi nói chuyện tôi thường là "ời", như cách người quê tôi hay nói. Lý do khá đơn giản: tôi muốn giữ lấy một kỷ niệm đẹp của người con gái Sài Gòn mà đã một lần gặp gỡ.

Với tôi, Sài Gòn muôn đời vẫn là chốn phồn hoa đô hội, nơi tôi mong muốn được đến, đến để rong chơi, đến để tìm hiểu. Chứ bảo đến để sống, để làm ăn, chắc tôi phải suy đi nghĩ lại nhiều lắm. Có lẽ tôi chỉ thích hợp với cảnh thôn quê với đồng lúa xanh rì rào trong gió sớm, với làn gió mơn man mát trong những đêm trăng thanh, hay với tiếng gà gáy trưa nao nao buồn mà thôi.

Hồi nào tới giờ tôi chỉ nghe nói người này là người Huế, người kia là người Cần Thơ, người nọ là người Nha Trang, chứ hình như tôi chưa nghe ai xưng mình là người Sài Gòn bao giờ. Tôi nghĩ rằng Sài Gòn là nơi người ở các tỉnh thành khác đến lập nghiệp, lâu dần bén rễ, cho nên mới nhận là người Sài Gòn. Và đa số những người ngụ cư lâu đời ở Sài Gòn mỗi khi nói đến gốc gác của mình, họ vẫn nói "tôi là người Hà Nội di cư vào Nam", hay "quê quán của tôi ở Nghệ An, Thanh Hóa"...

Tính cách của người dân sống ở Sài Gòn rất dễ dàng cho tôi nhận ra qua những nét rất đặc biệt của họ. Họ xuề xòa dễ dãi, hiếu khách và giàu tình cảm. Một khi đã giúp đỡ ai là họ giúp một cách tận tâm và nhiệt tình. Ngược lại, đã muốn chém ai thì họ cũng chém tận tình lắm. Có lẽ câu "bán anh em xa mua láng giềng gần" đã ngấm vào máu, cho nên đã tạo nên lối sống và cách cư xử rất đặc thù của những người dân Sài Gòn chăng! Và cũng có lẽ vì những buổi đầu tiên trên bước đường tha phương cầu thực, họ đã gặp biết bao nhiêu sự trắc trở, khốn khó nơi xứ lạ quê người, cho nên họ dễ thông cảm với những kiếp người phải lìa bỏ nơi chốn nhau cắt rốn đi tìm kế sinh nhai như những gì họ đã từng trải qua.

Nói đến "người Sài Gòn," tôi chạnh nhớ đến cô hàng nước mà tôi đã mon men làm quen lúc gia đình tôi vào Sài Gòn chờ chuyến bay đi đoàn tụ ở Mỹ vào đầu năm 1986.

Có thể nói cô là một tổng thể của người Sài Gòn, rặt chất Sài Gòn mỗi khi tôi nhớ về chốn ấy. Thật ra bây giờ hỏi tên cô là gì, vóc dáng ra sao, tôi không thể nào nhớ nổi, vì chỉ mới quen nhau vỏn vẹn có một tuần lễ thôi. Sau đó tôi ra đi biền biệt, chưa một lần có dịp trở về thăm lại chốn xưa, hòng tìm lại người xưa để nhắc lại chuyện xa xưa mà có lẽ chính cô cũng chẳng còn nhớ tôi là ai của những ngày xưa nữa.

Nhà cô ở Chợ Lớn. Trước nhà là quán nước có kê một chiếc bàn và dăm ba chiếc ghế đẩu cũ kỹ. Cô bán linh tinh vài loại nước giải khát, nào là xá xị, nước cam, và một thứ nước ngọt có ga tựa tựa như 7-Up hay Sprite, hình như li-mô-nát thì phải. Bên cạnh đó là tủ thuốc lá, bày dăm gói

Hoa Mai, Đà Lạt, Vàm Cỏ, Sài Gòn Đen, và lèo tèo vài gói thuốc ngoại như Zet, Si-Mit.

Lúc đó nhờ bán được một mớ băng nhạc cát-sét, rủng rỉnh tí tiền nên tôi tập tành làm người sành điệu ăn chơi vung vít. Chiều xuống tôi thường tém thùng, tóc tai chải chuốt gọn gàng, diện giày cho ra dáng phèn công tử lạc bước đến Sài Gòn hoa lệ. Lang thang vô quán, tôi kéo ghế ngồi tréo chân, e hèm gọi nước, không quên kêu thêm vài điếu thuốc có cán, điếu vắt mang tai, điếu cắm vô mồm, ngậm lệch một bên, nheo nheo mắt mơ màng thả khói (bây giờ mỗi lần nhớ lại những trò khế khế đó, tôi còn rùng mình sởn cả da gà da ngỗng, không hiểu bà nào nhập mà tôi lại có thể cả quỷnh đến như vậy).

Cô hàng nước mặc xác tôi thỏa thuê tác điệu, cô mím mím cười bưng nước và lấy thuốc ra cho khách, xong rồi khều nhẹ một câu, "Anh ở đâu dô đây dậy?"

- Tui là dân ở đây mà!

- Xạo!

- Sao chị biết?

- Thứ nhứt, hổng ai kêu tui bằng chị giống như anh. Thứ hai, dân Sì Gòn bi giờ cũng hổng có ai ăn diện kỳ cục như anh hết. Thứ ba là anh nói tiếng gì mà khó nghe ghê!

Tôi biết đã lộ tẩy là tên nhà quê chính hiệu rồi, nên đành nhe răng cười trừ. Cô thấy tôi ngố nên cứ hỏi dồn hỏi dập, rồi cô ôm bụng cười mỗi khi tôi nói thứ tiếng quái quỷ gì "lạ quắc lạ quơ."

Tôi là hai lúa chứ tôi không phải là tên nhát gái. Biết

tổng là cô thích chọc ghẹo, cho nên tôi cứ cố tình lôi giọng nói nặng trình trịch ra xài, mục đích để được cô sửa giùm.

- Anh Ba, có quỡn tới đây em chỉ anh nói giọng Sì Gòn nghen anh!

Tôi có ngu lắm mới không ừ cho lẹ.

Kể từ đó trở đi tôi rất siêng lui tới, có hôm đến vài bận. Giọng Sài Gòn nghe ngộ lắm, viết một nơi phát âm một nẻo. Thí dụ cô hỏi tôi chừng nào thì đi Mỹ, tôi trả lời rằng đang đợi chuyến bay, và có lẽ thứ Sáu tuần sau là lên máy bay rồi.

Cô phát lên cười sằng sặc:

- Gì mà "thứ sấu từng sâu" dới lại "mấy bây!" Phải nói là "thứ xáo tuần xao, mái bai," và nhớ phải đãi giọng ở cuối câu sao cho dẻo thiệt là dẻo mới đúng điệu.

Tôi cười he he, mở máy tán:

- Cô ơi, tui là dịt, cô lè gè. Cô cho dịt ở chung dứ gè, thớ nào dịt cũng biết gáy liền hè.

- Anh nói cái gì mà nghe mắc cười thấy mồ đi!

***

Ngày lên đường cũng đã đến. Tối hôm đó cô đãi tôi ly li-mô-nát mà mỗi lần đến quán tôi thường kêu. Cô khui chai nước, rót chầm chậm vào ly. Cô dùng móng tay quay quay viên nước đá, mái tóc đen dài xõa xuống vai, che hết gần một bên mặt. Cô mồi giùm điếu thuốc, tránh nhìn vào mắt tôi, cô nói nhỏ, "anh qua đó nhớ diết thơ dìa nghe!"

Tôi rít một hơi thuốc lá thật sâu, thở ra nhè nhẹ. Khói thuốc làm nhạt nhòa dáng cô, và khói thuốc cũng làm cho tôi cay cay mắt.

- Ời! Tui nhớ.

- Anh lại nói hổng đúng rồi, phải nói là "Ừa! Anh nhớ!" Nói lại em nghe đi.

Tôi mỉm cười, "ừa" thêm một tiếng rồi nghẹn họng, không thể nào thốt ra thêm lời nào nữa hết. Tôi quay lưng, chỉ kịp thấy ánh đèn đường vàng vọt rớt vào trong đôi mắt cô hàng nước đang long lanh, lóng lánh...

***

Năm tháng đã vùn vụt trôi qua, tất cả giờ chỉ còn là kỷ niệm. Quán nước nghèo gần bên Tòa Án Quận Năm chắc dâu bể lâu rồi. Cô hàng nước bây giờ ra sao tôi cũng hoàn toàn mù tịt. Lần mò dò hỏi chốn xưa, không một ai biết con đường nhỏ trước bảy lăm ở Chợ Lớn có tên Lý Thành Nguyên đã một lần đổi thành Lê Thị Riêng bây giờ mang tên gì nữa.

Cô hàng nước ơi, tôi vẫn còn nợ cô một món nợ mà tôi không thể nào trả được. Không phải tiền của điếu thuốc, của ly nước chanh lúc vội giã từ tôi quên chưa kịp trả. Cũng không phải là lời hứa của lá thư không bao giờ gởi về. Mà là nợ về giọng nói của cô, của người Sài Gòn đã từng chỉ cho tôi nói giọng Sài Gòn, đã cho tôi nhập tâm tiếng "Ừa" vừa nũng nịu dễ thương, vừa ngọt ngào như ly nước chanh có ga trong những ngày sắp rời xa đất nước.

THANH LONG NGỌT MÁT NGÀY HÈ

(Kính tặng dì Tư, người đã gợi lại cho con cảm hứng để viết về trái thanh long của những ngày xa xưa.)

***

Cái nắng cuối hè ở Flolida vẫn còn hầm hập nóng khiến tôi gần như ngộp thở sau gần mấy tiếng dang nắng cắt cỏ làm vườn. Trời thường hay đổ mưa bất tử nên tôi phải vội vàng làm việc cho lẹ để chạy mưa, bất kể giữa trưa trời chan chan nắng. Ban sớm thì không thể nào đẩy máy chạy cho nổi vì cỏ sân nhà vẫn còn sũng nước từ những cơn mưa tai quái từ chiều hôm qua.

Cái xứ gì đến lạ, để cỏ lên cao không cắt tỉa gọn gàng thì bị gửi giấy nhắc nhở. Để cỏ chết ngắt thì giấy phạt được gửi tới tận nhà. Mua thuốc mua phân bón về chăm sóc cho nó lên xanh tốt để rồi è cổ ra mà cắt. Đúng là trời hành.

Nhưng càu nhàu về chuyện "chăn trâu cắt cỏ" không phải chủ đích của bài viết này. Mà là sau khi quần quật "cày sâu cuốc bẫm", tôi như bị say nắng. Cố lết cái thân tàn vô nhà, việc đầu tiên là kiếm cái gì uống cho đã cơn khát đang muốn cháy họng.

Buồn ngủ gặp chiếu manh, những trái thanh long đỏ au đang nằm khêu gợi mời mọc. Thế là lôi nó ra, lấy dao bổ đôi, lấy muỗng múc bỏ vào ly, cho nước đá cho vụn vào, thêm chút đường cát, điểm nhấn nhá độc đáo do tôi sáng chế là vắt vài giọt chanh vô rồi múc từng muỗng cho vào miệng.

Cái mát rười rượi của những miếng thanh long trắng ngần, kèm theo tiếng lụp bụp khi cắn phải hột, quyện với vị chua nhè nhẹ thơm ngát mùi chanh tươi, ta nói nó ngọt như đường cát mát như đường phèn, trôi đến đâu thấy khỏe khoắn liền đến đó. Trong những ngày hè nóng nực mà được ly sinh tố như vầy thì còn đòi hỏi gì hơn.

Ngắm nghía mảnh vỏ còn sót lại nằm chỏng chơ như những chiếc xuồng câu chênh vênh đang cặm sào trên.. dĩa, tôi thầm cám ơn đến những người thân thương ở nơi xa mà mấy năm gần đây, cứ vào độ hè về, là tôi được gửi cho từng thùng thanh long nhà trồng. Chẳng phải nơi tôi ở trồng không được, nhưng tôi sợ vườn nhà có rồi sẽ sẽ mất đi niềm vui mỗi lần nhận được quà ở phương xa.

Tôi vốn dĩ con nhà nông chân còn dính phèn, nên chuyện mê trái cây quê nhà đã đành, các con tôi sinh trưởng ở quê người mà lại thích ăn thanh long mới là chuyện lạ. Chúng nó chẳng những không chê thanh long là loại trái cây có nhiều hột như mãng cầu, me hay ổi, mà còn ăn rất nhiều, có khi cả ly cối thật to.

Nhìn con cắm cúi bưng ly thanh long ăn một cách ngon lành, tôi lại nhớ đến những ngày còn ở quê, lúc đó làm gì được ăn uống cầu kỳ như vậy. Toàn là lột vỏ như lột chuối rồi cầm nguyên trái cạp. Mà cũng chả hiểu vì sao trái cây ở vườn nhà ăn không ngon bằng đi hái trộm. Có lẽ vậy mà giờ đây mỗi khi thấy trái thanh long là trong tôi dạt dào cảm xúc, vì nó gắn bói, nó dẫn tôi về với những ngày thơ ấu.

***

Bạn biết không, thanh long trồng ở quê tôi thuộc loại "danh trấn giang hồ", và theo lịch sử ghi lại thì tên thanh long do Hoàng Tử Cảnh, khi Ông trấn thủ thành Diên Khánh, thuộc tỉnh Khánh Hòa, đặt cho loại trái cây mà thân nhánh của nó lại có hình thù giống như những con rồng xanh um đang uốn mình.

Có thể nhờ vào thổ nhưỡng mà thanh long trồng ở nơi này trái đều tròn căng, da láng lẩy, mập úc núc và nặng chình chịch. Vị lại ngọt thanh, ngon lành như những trái trong vườn nhà nội mà anh em tôi được ăn lần đầu, mỗi khi được ông anh lớn chở về quê chơi.

Anh tôi thường bắt thang trèo lên cây nhãn có giàn thanh long đang bò ngoằn ngoèo trên đó, với hái từng trái chín đỏ rực giữa những nhánh giây đầy mụn gai li ti nhọn hoắc. Tụi tôi hí ha hí hửng chờ anh cắt ra thành múi nhỏ rồi nhón ăn từng miếng một.

Trên đời này sao lại có thứ trái cây ngộ nghĩnh lạ lùng, lạ từ làn vỏ bên ngoài có màu đỏ đậm với những chiếc tai mèo nho nhỏ, ở đầu trái lại thêm "chòm râu" khô đét y như râu của những con rồng già, lớp da bóng lưỡng sờ mát rượi bàn tay, cho tới lớp ruột bên trong trắng phau chứa đầy những hột đen li ti như bánh tráng rắc mè. Lần đầu tiên biết ăn thanh long là như vậy, và tôi cũng nhớ hoài trên cánh tay anh tôi vì thương em mà bị gai thanh long cào xước rướm máu.

Anh tôi sau này đi vượt biên, tôi như ngựa không cương mặc tình nghịch ngợm phá phách. Trên cổ tôi hình như lúc nào cũng có đeo chiếc giàn ná bằng gạc ổi mà tôi cố công lấy miếng chai cặm cụi bào cho nó láng o. Thơ thẩn theo lũ bạn chăn bò ngoài gò ngoài mả, móc đất sét làm đạn bắn chim. Hết chim chóc để bắn thì đến màn thách nhau bắn trái cây vườn nhà người ta. Và những trái thanh long chín đỏ lựng tít tắp trên cây bàng cổ thụ dưới đình làng Hậu Phước mà lũ chúng tôi gọi là cu lửa trở thành mục tiêu mới, để thi nhau trổ tài thiện xạ. Cây trái ở những nơi cây cao bóng mát tha hồ bị lũ gà tha quạ mổ bắn te tua tơi tả. Để rồi sau đó tôi bị mắng vốn, bị cho ăn đòn bằng thích.

Nhà dì Năm tôi ở Mỹ Lợi cũng có đủ thứ trái cây trong vườn. Lần đó má tôi sai lên nhà dì xin lá chuối về gói bánh, thoáng thấy những trái thanh chín mọng đỏ rực như ai thắp lửa trong lùm cây xanh, nhịn thèm không nổi tôi mới kêu đứa cháu cầm sào có gắn cu liêm móc xuống, cả hai chú cháu dùng răng lột vỏ rồi ra sức cạp lấy cạp để, đâu có biết ông anh họ làm ruộng bên kia bờ mương đang chống cuốc nhìn cười, tuyệt nhiên không rầy la một tiếng.

Gặp dì, nhìn mép còn dính hột thanh long, biết tổng tụi tôi mới vừa ăn vụng, dì từ tốn:

- Con à, muốn ăn thì nói dì cho, trên bàn thờ còn kia kìa. Mấy trái thanh long đó dì sợ chim ăn nên bao lại để dành cho ngày giỗ của dượng đó, con!

Rồi cũng thằng tôi đó, nhớ lại hồi thời khó khăn, có được chiếc máy cát-sét của anh chị gửi về với mục đích để tập nghe và học tiếng Mỹ, đâu ngờ học đâu chả thấy, chỉ biết thằng em chuyên xách đi thâu nhạc hay thâu cải lương để thỏa cơn ghiền. Cái máy của tôi chỉ có nhiệm vụ phát ra, còn muốn thâu lại thì phải áp sát vào chiếc máy khác, cứ như hai người yêu nhau đang áp mặt vào nhau thủ thỉ thù thì.

Tôi lên nhà nhỏ em bà con nhờ thâu giùm tuồng Lan Và Điệp vì máy hát của nó hiện đại hơn. Hôm sau mang về nhà mở lên nghe, đến đoạn Lan nức nở vì bị tình phụ, còn Điệp thì xụt xịt lấy hơi nói lối trước khi xuống vọng cổ mùi muốn rụng luôn rún : "Lan, em khóc đi, em khóc nữa đi. Nếu giọt nước rơi sẽ làm vơi đi trong lòng em phần nào buồn tủi…" thì lẫn trong tiếng tỉ tê sướt mướt đó là một giọng nữ khác "Nhung, cắt trái thanh long ra rồi đem lên nhà trên cho ông ba ăn đi! ", đã vậy còn kèm thêm tiếng cái muỗng âm binh dịch vật nào đó đập chan chát vào cục nước đá, cộng với tiếng cười ha ha của chị em nhà họ Võ. Thiệt là tếu hết biết!

Đem cuộn băng lên mắng vốn, mới hay ra mấy cô nương vừa thâu băng giùm mình vừa ăn thanh long, cho nên bao nhiêu tạp âm đều bị thâu vô không sót một tiếng.

* * *

Đó là tất cả những kỷ niệm xa xưa về trái thanh long còn nằm trong ký ức. Ngỡ đâu xa quê thì cây trái đã để lại ở quê nhà. Ai ngờ hăm mấy năm sau ở tại Mỹ này, vào dịp trở lại chốn cũ, tôi có ghé thăm người mà tôi xem như dì ruột và được cho ăn thanh long dì hái sau vườn. Khi về, dì dúi cho tôi thêm vài trái nữa.Tần ngần cầm trái thanh long trên tay mà tôi tưởng như ngày xưa ở quanh đây.

Rồi đến mùa thanh long chín, bạn tôi gọi hỏi:

- Ông ăn thanh long hông, tui gửi cho? Nhà thanh long chín nhiều quá, hái quẳng bớt uổng quá!

Nghe giở giọng "đểu", tôi bèn đểu theo:

- Hông, để dành ăn đi. Hay là lúc ăn nhớ lừa hột phơi khô rồi gửi cho tui vài ký cũng được.

Đầu giây bên kia một tiếng hứ gọn lỏn làm tôi cười muốn bể bụng. Tưởng tượng ăn thanh long mà nhả hột, chắc miệng mồm sẽ móm xọm, khỏi cần đợi đến già.

Vậy mà thùng trái cây cũng được gửi tới. Trong đó có cả những trái thanh long tươi roi rói ú na ú nần từ vườn nhà dì gửi chung, dì còn cẩn thận róc hết những mắt gai nhọn bỏ đi, ý chừng lo người nhận bị gai đâm vào tay chăng!

Mân mê từng trái thanh long chín, cầm trái này lên bỏ trái kia xuống, cứ như đang mân mê từng kỷ niệm. Giờ đây cây trái quê hương ở nơi này không thiếu, nhưng sao tôi thấy vấn vương cả một trời thương nhớ.

Nhớ dì Năm hiền lành của tôi, nhớ chiếc chắn ná, nhớ những lần bị ăn đòn... Những điều nhớ nhung đó tôi nay đã tìm gặp được qua những trái thanh long mà dì Tư và bạn tôi gửi cho. Quý lắm! không phải quý vì có được miếng ăn, mà tôi cảm được biết bao ân tình gửi gắm.

Quê hương đâu có phải xa xôi gì lắm đâu, quê hương chính là những trái cây ngọt lành thơm thảo, như là ly thanh long tôi vừa được thưởng thức trưa nay.

Cảm ơn dì, cảm ơn bạn, cảm ơn những trái thanh long chín mọng thơm ngọt quá chừng đi. Dường như dòng sông quê dạt dào chảy qua bàn tay siêng chăm bón, làm ngọt ngào thêm những cây những trái luôn trĩu nặng nghĩa tình.

THẦY TÔI

(Xin kính tặng thầy tôi, Liên Khôi Thực, nhân ngày lễ của các nhà giáo, 20 tháng Mười Một)

Muốn viết về thầy từ rất lâu rồi, nhưng chả hiểu sao tôi cứ chần chừ hoài, thành thử những kỷ niệm có được với thầy tôi vẫn còn giữ nguyên. Mãi đến hôm hay tin gia đình thầy đang du lịch ở Mỹ, tôi mới liên lạc được với thầy, và như có một điều gì thôi thúc tôi phải viết ra, đến nỗi nhiều lúc đang bận rộn công việc ở hãng xưởng, tôi cứ muốn bỏ ngang để chạy về viết cho xong những gì đang miên man trong đầu.

Nếu tôi nhớ không lầm là thầy đổi về trường phổ thông cơ sở Ninh Hà vào khoảng năm 1977- 1978 gì đó. Và tôi bắt đầu theo học thầy từ năm lớp bảy. Thầy chuyên dạy văn chương thi phú, nhất là khi thầy bình giảng truyện Kiều thì tụi tôi cứ gọi là ngóc cổ ngồi nghe chết mê chết mệt.

Với gương mặt xương xương luôn ẩn ngầm nụ cười hóm hỉnh, thầy hay có lối giảng bài rất độc đáo và hấp dẫn, khiến những giờ chúng tôi ngồi học với thầy trôi qua nhanh lắm. Tôi vẫn còn nhớ lúc phân tích về vẻ đẹp của Thúy Kiều Thúy Vân, thầy cho rằng chắc họ không phải là chị em ruột, vì ruột rà gì mà người thì vóc hạc xương mai, người thì có gương mặt tròn vành vạnh, lại thêm cặp chân mày to tổ nái. Với thầy, dung nhan như vậy không thể nào đẹp được, họa chăng chỉ là dễ thương dễ nhìn mà thôi.

Thầy hay đưa ra những đề văn khá hiểm hóc, và để làm được bài tôi cũng thường mướt mồ hôi.

Nhớ có lần thầy bảo giải thích và chứng minh câu nói của Lenin: "Không có sách thì không có trí thức, không có trí thức thì không có con người xã hội chủ nghĩa". Tôi viện lý do chưa hiểu bài, xin được xuống nhà thầy sau giờ học nhờ giảng thêm. Khi chỉ có hai thầy trò, thầy mới nói nhỏ:

- Em nên tập trung vào vế đầu thôi, quan trọng là ở chỗ đó. Nhưng muốn bài làm có được điểm cao, em phải ráng dẫn chứng về các vị tổ sư bồ đề đó vô cho nhiều nhiều chút. Thầy nói ít em nên hiểu nhiều.

Thầy còn dạy tôi cách viết, cách miêu tả sao cho thật mượt mà xúc tích. Muốn được như vậy, tôi phải biết quan sát sự việc chung quanh bằng cảm xúc, và cần vận dụng thêm trí tưởng tượng. Để thực tập, thầy ra ví dụ: "Khi đi qua cánh đồng lúa chín, em cảm nhận được điều gì?"

Tôi viết tràng giang đại hải rằng thì là mà tôi thấy được những giọt mồ hôi của người nông dân đã đổ xuống đồng ruộng, giờ được bát cơm đầy, công lao khó nhọc bao ngày nay đã được bù đắp.

Tủm tỉm cười, thầy chắp tay sau lưng gật gù đi lên đi xuống:

- Thầy cảm thấy thanh bình và no ấm.

Ui trời ơi, nếu chiến tranh loạn lạc triền miên thì làm

sao ruộng đồng được vàng mơ bông lúa, lấy đâu ra lúa ra gạo cho mọi người! Chỉ vọn vẹn có mấy chữ mà thầy đã gói trọn những gì dài nhằng tôi đã viết ra. Làm thầy có khác.

Thầy người làng Hậu Phước, tôi thuộc thôn Thuận Lợi. Tuy hai làng khác nhau nhưng nhà tôi cách nhà thầy chỉ dăm ba bước, cho nên thầy biết rõ về gia đình tôi nhiều lắm. Với tôi, thầy không những vừa là người dạy tôi học, mà còn thân thiết như người anh trong nhà, vì thầy là bạn học với chị tôi vào thuở thiếu thời.

Những mối thân tình giữa tôi với gia đình thầy có được là qua những lần xuống nhà thầy chơi, khi thầy còn ở quê, chưa dọn lên thị trấn. Tôi vẫn nhớ hoài hôm được thầy kêu ở lại ăn cơm. Bữa cơm trưa hôm đó rất ngon miệng, có dưa môn muối chua chấm nước mắm ngò, có cá lá nướng, loại cá hình như chỉ có đánh bắt được ở biển quê nhà.

Mợ Bốn Khui, má của thầy, người có món dưa môn trứ danh được làm từ những cây môn ngọt mọc đầy ven mương nước. Tôi chưa thấy ai làm món đó ngon hơn mợ. Gia đinh tôi xa quê đã khá lâu, nhưng đôi khi tới bữa cơm mà có cá nướng, mọi người thường nhắc đến món dưa chua giòn giòn, dai dai, ngòn ngọt, ăn hoài không ngán, càng ăn càng ghiền ở nhà của mợ Bốn ngày nào.

Học đến giữa lớp chín là tôi bỏ ngang, để chuẩn bị đi Mỹ. Thời gian chờ đợi bước lên máy bay chắc cũng mất đến vài năm. Có học thêm cũng chả biết để làm gì, nên tôi ở nhà nhong nhong sướng hơn. Nếu việc đi đứng chả đâu vào đâu, tía tôi hứa sẽ mua trâu cho tôi chận, vì học hành dở dang thì làm Ngưu Lang là ngon lành nhất.

Tuy vậy, nhờ nhìn xa trông rộng, biết vốn liếng cho các

con mang theo để chuẩn bị hội nhập vào nước Mỹ không gì bằng Anh ngữ, ông mời thầy dạy kèm tụi tôi, được chữ nào hay chữ đó.

Là thầy giáo dạy văn nhưng hai ngoại ngữ Anh và Pháp văn thầy rất giỏi, do đó mà có nhiều học trò theo học, đặc biệt những gia đình chuẩn bị đi đoàn tụ theo diện ODP hay HO.

Tôi rất dốt cái màn tiếng Anh tiếng Em lắm, chịu đi học là để ông già tía tôi vui bụng, để còn vòi tiền tiêu vặt nữa. Như tôi đã nói, ngoài chuyện tự do đạp xe lên thị trấn rong chơi đã đời ra, thì việc cắp sách lên nhà thầy là một điều vô cùng sung sướng, vì được thầy cho ăn mạch nha dẻo quẹo, ngọt thơm mùi mầm lúa do chính tay thầy nấu lấy, được thầy cho mượn sách, mượn truyện đem về nhà đọc nữa. Nhưng còn một lý do thầm kín mãi đến bây giờ tôi mới 'thành khẩn khai báo', đó là tôi để ý nhỏ hàng xóm, chung vách nhà thầy.

Tôi là tên nhà quê đồng chua nước mặn, có dịp làm quen được với nhỏ nào ở chốn phồn hoa đô hội phải nói là đời lên hương, như đang lội bộ mà được cỡi xế nổ vậy. Trong lúc các cô gái làng thường có tên rất bình dân học vụ như Xoài Me Ổi Lựu chẳng hạn, thì nhỏ chảnh bà cố đó có cái tên khá đẹp, tựa như tên của các minh tinh chớp bóng: Cẩm Loan.

Tôi để ý nhỏ không phải vì yêu thương hay cảm mến gì cả, mà vì dáng nhỏ đi rất ngộ, lúc nào cũng như đánh rơi cái gì, vừa đi vừa cúi cúi xuống đất để tìm. Hễ gặp nhỏ, thế nào tôi cũng nhừa nhựa nhại theo kép Minh Cảnh trong tuồng cải lương Mùa Thu Trên Bạch Mã Sơn:

- Phùng Cẩm Loan cô nương ơi, thôi đừng kiếm tiền rơi nữa!

Thế là nhỏ vừa chửi như cu gáy, vừa liếc vừa gườm thiếu điều muốn lé cả mắt:

- Nè nè, tui hổng chọc ghẹo gì ai nha. Tui cũng hổng phải họ Phùng... mang hay trợn mắt gì hết nha. Cái thứ dân ruộng khó ưa!

Tôi có cái tật khó bỏ là hay sa đà, đang viết về thầy thì tự dưng khai ra chuyện gái gú. Thôi, để tôi vòng lại kẻo lạc đề.

Vì mãi lo chọc gái nên tôi học hoài tiếng Anh vẫn không chịu chui vô đầu. Lần đó thầy đang khan cổ để giảng về Past Countinuos, tôi thì bận ngóng cổ qua nhà kế bên, nên lời thầy dạy bị gió thổi bay đi ráo trọi.

Thầy nóng mặt:

- Bây giờ thầy cho một ví dụ nè: "Hôm qua thầy đang ăn cơm thì con chó nhảy vô ị - Yesterday while I was eating, my dog jumped in and pooped. Cả hai sự việc đều xảy ra trong quá khứ, nhưng hành động nào đang tiếp diễn thì phải chia theo Past Continuous. Hiểu chưa?"

Tụi tôi không nhịn được cười, trong khi vợ thầy chắc lưỡi lắc đầu:

- Thầy tụi mà dạy dỗ cái gì mà gớm ghiếc quá đi!

Nhờ thầy dạy bảo tận tình và dễ hiểu như vậy cho nên tới giờ tôi khó quên được cách dùng các "thì" trong văn phạm Anh ngữ vốn dĩ vô cùng rắc rối.

***

Hôm nghe lại giọng nói quen thuộc qua điện thoại, biết thầy cô nay đã về hưu và vẫn còn khỏe mạnh, thong dong đi đây đi đó, tôi mừng lắm. Chuyến qua thăm Mỹ rất ngắn ngày, cho nên thầy không thể nào ghé tôi được, dù tôi tha thiết mời. Thầy trò nhắc lại chuyện xưa, thời gian ba mươi mấy năm vèo trôi mà ngỡ như vừa mới hôm qua. Kể cho thầy nghe tôi vẫn còn giữ thói quen đọc sách, và khoe luôn với thầy là đứa học trò ngày nào bây giờ cũng tập tành viết lách, thơ thẩn linh tinh.

Gửi vài bài cho thầy đọc, thầy chỉ khen: "Viết khá lắm", ngắn gọn như những lần chấm bài cho học trò. Tuy vậy vẫn làm mũi tôi nở to như cái bánh bò nướng.

Ngày xưa thầy cho tôi mượn sách, ngày nay thầy gửi cho tôi đọc những truyện ngắn thầy viết về quê hương xứ sở, về những người con xứ Ninh thành đạt ở quê nhà, quê người. Đọc xong lại ngẫm nghĩ hoài, thấy gần gũi, thấy ấm áp hơn về những điều khi còn nhỏ tôi mù mờ chưa biết hết.

Chúng ta ai cũng có ít nhất một người thầy, để rồi một khoảnh khắc nào đó chúng ta nhớ về thầy là để nhớ lại những kỷ niệm xa xưa, về ngôi trường làng, về cây bàng cây phượng chắc giờ cùng gầy gò theo năm tháng, về những thầy cô, bạn bè người còn người mất, về những người muôn năm cũ, về những điều chợt nhớ chợt quên. Như hôm nay lòng chợt "như suối tưới", nó làm tôi nhớ đến tình nghĩa thầy trò như nhớ về con sông Dinh ở quê nhà, nó luôn mát rượi, luôn êm đềm trôi mãi trong tôi.

THỊT GÀ NẤU VỚI LÁ GIANG

Có người nhắn tin hỏi nó:

- Có thích món canh gà lá giang không?

Chỉ với một câu hỏi bình thường thôi, vậy mà đã chạm đúng vào nỗi nhớ sâu thẳm, làm nó xốn xang, khiến nó nhớ lại những ngày đã sống trong ruộng rẫy, vào những tháng năm rất xa xăm...

Gì thì có thể nó hổng biết, chớ gà lá giang là món rất quen thuộc, là món "trấn môn" của trang trại nhà nó. Mỗi lần có khách ghé thăm, thế nào cũng có món canh đặc biệt này để đãi khách.

Giang là loại giây leo mọc hoang, có rất nhiều ở đồi, ở rẫy. Cũng như lộc vừng, cải trời, hoặc hà thủ ô, khoai mài..., lá giang là loại rau rất đỗi tầm thường, nó chỉ là món ăn "đắp đổi qua ngày" của núi của rừng ngày ấy. Bây giờ lá giang đã xuôi về đồng bằng, đã trở thành đặc sản, được nhiều người biết đến. Ngay cả ở Mỹ này nó cũng được trồng, tuy nhiên vẫn còn mắc ơi là mắc, vì trồng được giây giang để hái lá nấu đủ tô canh chua cũng trần ai khoai củ.

Ngày xưa mỗi lần nghỉ hè, nó thường vào ruộng nhà

chơi, và ở lại đó đến mươi bữa nửa tháng mới về. Nó hay theo tụi trẻ chận bò chận trâu, lang thang hết nương này đến rẫy nọ. Và nó học được từ lũ bạn nghèo này rất nhiều điều mới mẻ, như cách bẫy chim rừng, cách đào hang bắt chuột đồng v.v...

Duy cách bứt từng cuộn giây giang, tuốt hết lá, chuốt cho sạch hết vỏ ngoài, chỉ còn những lại những cọng trắng bóc, để rồi tỉ mỉ đan thành từng cái rọ mõm cho bò là nó bắt chước hoài mà vẫn không làm được. Thôi đành vừa nhâm nhi lá giang chua chua vừa trố mắt học nghề, để rồi chiều về được ngắm những chú mục đồng lùa trâu bò về thôn xa, và mồm mỗi con đều có đeo thêm chiếc rọ mới tinh trông rất ngộ nghĩnh, cho tụi nó hết cái trò thè lưỡi liếm lúa ruộng nhà người ta.

Nhắc đến lá giang là nó nhớ đến dì Chín, chị ruột của má nó. Dì nấu ăn rất ngon, nhất là bánh xèo, và nước mắm để ăn với bánh khó có ai qua nổi dì. Ngắm màu cánh dán của tỉn nước mắm trong veo, trên đó nổi đầy nào là tỏi, ớt, điểm xuyết thêm những tép chanh tươi còn mọng nước, chỉ mới nhiêu đó thôi cũng đủ nuốt nước miếng rồi. Những ai từng là người của Nha Trang xưa chắc không quên quán bánh xèo đường Hoàng Tử Cảnh, quán của dì nó đó.

Nhưng riêng nó thì nó lại thích món canh chua gà lá giang do dì nấu hơn. Nhưng phải là gà tre mới đúng điệu, vì gà tre gần giống gà rừng, nó nhỏ con nhưng thịt lại thơm ngọt hơn gà ta rất nhiều.

Mỗi khi ruộng nhà thu hoạch lúa, dì thường vô trại, ở lại gần cả tháng để phụ lo cơm nước cho thợ gặt. Ngày đó trại nhà nó nuôi gà đàn, dễ gần cả mấy trăm con, toàn là thả rong, sáng tự rời chuồng kiếm ăn, chạng vạng rủ nhau về chuồng, không cần ai chăn dắt. Tuy vậy, gà nuôi thường để bán, họa hoằn lắm mới làm thịt để giỗ chạp, đãi đằng. Nhìn đàn gà líu ríu quanh trại rất vui mắt, không ai nỡ cắt cổ nhổ lông. Nhưng biết nó thích ăn canh gà, trước sau gì dì cũng chiều lòng nó.

Dì sai nó chạy u lên rẫy, bứt cho dì nắm lá giang. Về là gà đã thành thịt, dì chặt ra từng miếng nhỏ rồi ướp với chút tỏi, chút muối, ít tiêu, tí bột ngọt rồi để đó cho thấm. Dì lựa lấy những lá giang nào ngon nhất rồi đem đi rửa sạch, xong mới lấy cái trã đất đen nhẻm lọ nồi bắt lên bếp lúc nào cũng lửa bập bùng, vì củi rừng luôn sẵn bên.

Dì cho vài muỗng mỡ heo vào trã, chờ cho mỡ nhảy lách chách, dì thêm ít tỏi băm, phi hơi vàng vàng rồi đổ hết mớ thịt gà vô, đảo đều đến khi thịt hơi săn lại mới cho nước vào. Chờ nước sôi lên, hớt bọt thiệt kỹ, rồi dì với tay lấy rá lá giang để kế bên. Nó tưởng đâu dì cứ để mớ lá y như vậy mà bỏ thẳng vô nồi. Nhưng không, dì lại vò cho lá hơi nát đi, dì nói có như vậy vị canh sẽ chua và ngon hơn.

Đợi cho gà vừa chín tới, dì dằm thêm vài trái ớt thả vô nồi, nêm nếm lại rồi múc canh ra tô. Bữa cơm đã sẵn sàng. Nhìn tô canh chua với lá giang lúc nãy hãy còn xanh miết, giờ ngã sang màu ô liu, nước hơi đùng đục, khói bốc nghi ngút, làm thơm lừng cả chái bếp, nó nghe như có cả sư đoàn kiến đang hành quân trong bụng, vì cơn thèm đã nổi lên từ nãy đến giờ rồi.

Dì gắp cho nó miếng mề gà. Chưa chịu ăn vội, nó thò đũa làm thêm miếng thịt lớn nữa, chấm vô chén muối é trắng rồi cắn một miếng. Chu cha ơi, sao thịt gà tre nó ngọt lừ vậy nè trời! Miếng da gà vàng ươm, săn như bó lấy miếng thịt trắng ngần, nhai dai dai sần sật, béo béo, cộng thêm chút mặn mặn, cay cay, thơm thơm của muối, không biết ai là người đã se duyên muối é với canh chua gà lá giang mà nó ngon tuyệt trần đời vậy cà. Húp thêm miếng nước canh, nghe ra cái vị chua thanh thoát, ta nói như cả mùa hạ nóng bức trôi đi đâu mất, chỉ còn lại cái sướng, cái khoái đến mát trời ông địa...

Bẵng đi mấy chục năm, từ ngày nó bỏ làng bỏ quê bỏ xứ sở, món canh chua đó ngỡ như chỉ còn là kỷ niệm. Nào ngờ khi về lại quê xưa, được bạn bè nấu cho ăn lại món xưa, tuy vậy nó vẫn thấy không ngon bằng. Bâng khuâng, nó cố tìm hiểu, bằng cách thêm một lần gọi món canh chua đó ở một nhà hàng ven sông Cái Nha Trang, vào một chiều bờ sông mênh mông nước, có những dề lục bình tím ngát lững lờ trôi...

Cũng là con gà tre còn sống trong chuồng đó, cũng là lá giang tươi rói đó, cũng là nồi canh chua cổ tích đó, cũng là đang ngồi ăn ở giữa quê hương đó, nhưng tại sao nó vẫn thấy thiếu thiếu một cái gì quen thuộc ghê lắm.

Nó nhớ đến dì Chín của nó, với dáng ngồi nấu ăn của dì, khi thì lom khom lấy ống so nheo nheo mắt thổi lửa nhóm bếp, khi thì lúi cúi lặt rau, hay khệ nệ dùng đũa bếp nhắc nồi cơm vần xuống tro than nóng.

Nó nhớ tới lời dặn của dì, "nấu canh chua, nhất là nấu với lá giang, nên xài nồi đất, không nên nấu bằng nồi nhôm, vì nhôm ra ten, hông tốt cho sức khỏe,."

Dì mất lâu lắm rồi. Ngày dì mất nó không về với dì được. Nhưng mỗi lần nghe ai nhắc đến canh chua lá giang là nó nhớ đến dì, nhớ quay quắt. Làm sao mà quay về được quá khứ, để còn có dì, có được bữa cơm ngon lành với tô canh do dì nấu nữa!

Thế nào nó cũng tìm cho được giây giang đem về trồng, rồi sẽ bắt chước dì nấu cho được món ngon của ngày xưa, để được nghe lại hương vị thịt gà nấu với lá giang, món quê đạm bạc, mênh mang nỗi niềm...

TỔ CHIM DÒNG DỌC, MỘT THỜI CỦA TUỔI THƠ

Mỗi ngày đi làm, nhất là thứ bảy, hình như lúc nào tui cũng thấy nó là ngày dài nhứt. Khi máy móc chạy êm ru, không còn việc gì để làm ngoài việc chờ cục nhôm được tiện xong, tháo ra rồi rinh cục khác lắp vào, nhấn nút cho máy chạy tiếp, tui hay đi lòng vòng xoa râu ngẫm nghĩ việc này việc nọ.18

Đa phần là tui viết. Viết trong đầu thôi. Để khi nào về nhà rảnh rỗi, khi cơn hứng đến là tui gõ bàn phím như ma nhập. Nếu không như vậy thì mỗi giờ có đến 120 phút lựng.

Như hôm nay, vừa ngáp vừa gườm cái đồng hồ treo trên tường, chả hiểu tại sao cái kim đồng hồ chẳng chịu nhúc nhích cho mau đến giờ tan sở, thì thầy tui gửi cho cái tin nhắn kèm theo hình những chiếc tổ chim dòng dọc.

Ký ức lại ùa về như trời sập, có ngăn cũng không được.

Cái thuở đụng cái giống gì cũng đều trở thành đồ chơi của lũ trẻ nhà quê chúng tui, thì cái tổ chim cũng nằm trong danh sách đó.

Các loại chim biết làm tổ để đẻ trứng, có lẽ dòng dọc

là loài siêng năng và khéo léo nhứt. Trong khi tổ của cu đất hay bồ câu chỉ sơ sịa vài cọng rác, thì vợ chồng dòng dọc biết tước từng cọng tranh, tha từng cọng cỏ, rồi bay đi bay về, miệt mài đan thành từng cái tổ lủng lẳng dưới những tàu lá dừa hay những ngọn tre cao vút.

Chỉ dùng có cái mỏ thôi, vậy mà tụi nó cần mẫn nhủi tới nhủi lui, dệt nên chiếc tổ có dáng như chiếc giày cao cổ, treo lộn ngược tòng teng trên cành, rất chắc chắn và ấm áp để đẻ trứng và nuôi con, dù cho gió mưa có dữ dội đến mấy cũng khó lòng rứt được mà quăng xuống đất.

Nào chỉ có vậy thôi đâu, dòng dọc trống còn biết 'thiết kế' thêm một kiểu tổ khác khum khum tròn như cái tô úp, có một chiếc cầu nối ngang, ngay bên cạnh tổ chính. Chiếc tổ này chỉ để nó đậu ngủ hay canh chừng vợ con, chẳng phải lo lắng vì sự ... thức ngủ của hòa bình thế giới, mà vì tổ ấm không đủ rộng cho cả vợ chồng con cái tá túc sau này.

Phải nói dòng dọc là loài chim thiên tài thiên phú, chứ như chúng ta đây đầy đủ hai tay hai chưn với cái miệng đầy răng, cả răng thiệt lẫn giả, đố mà làm nổi được chiếc tổ đẹp như tụi nó.

Tui mê cả chim lẫn tổ chim. Tổ nào có trứng thì hốt đi luộc chấm muối, bắt được chim non là mừng như lượm được tiền. Nào là uốn giây kẽm gai làm lồng nuôi, nào là nhai gạo sú cho những chú chim chưa ra ràng mà mỗi lần nghe hơi động là thi nhau ngửa cổ kêu lít chít, hả cái họng toác hoác với cái mép vàng choạch, trong khi hai con mắt thô lố còn nhắm tít. Tụi nó háu ăn bà can luôn, bao nhiêu gạo trộn... nước miếng của tui nó nuốt sạch, để rồi vài ngày sau chết sạch không còn một con.

Những ngỡ sẽ nuôi được những chú chim xinh xắn biết chuyền biết hót, biết nhớ lồng nhớ chủ, dù có thả cho bay xa vẫn biết lối quay về, ríu rít đậu trên vai hay say ngủ trên tay nay còn đâu nữa, đã tan tành một giấc mơ hoa.

Mãi về sau này tui mới ăn năn về chuyện bẫy chim phá tổ, chớ lúc đó hãy còn nhỏ híu, chưa ý thức được việc nào đúng việc nào sai. Nhưng đó là chuyện của vài chục năm sau, khi tui đã định cư tại Mỹ, nơi mà chim chóc, muông thú được bảo vệ tối đa. Còn bây giờ chim chết thì còn cái tổ, tui lôi ra bày trò khác chơi.

Hết thọc tay vào rồi so găng như võ sĩ quyền Anh thứ thiệt, cung tay tập đấm vào thân cây chuối sau vườn cho nó bầm dập lên, rồi lại mang xuống chưn, bẻ cây làm gậy chống đi, tưởng mình là đạo sĩ tiên phong đạo cốt giày rơm mũ cỏ trong các truyện Tàu. Khổ nỗi giày rơm chỉ có một chiếc, muốn tìm thêm chiếc nữa thì chỉ còn có nước leo lên cây dừa có những chiếc tổ chim lúc lỉu.

Leo dừa thì dễ rồi, nhưng để lấy được cái tổ chim xuống thì chỉ có nước chặt nguyên tàu lá. Tui chưa học được phép thăng thiên hay độn thổ, lúc với với lỡ tuột chưn thì chắc... hẹn gặp lại kiếp sau.

Quê tui có hai sư tổ chuyên nghề trèo dừa: anh Tiến và cu Chày. Nhìn hai anh em họ leo dừa là phải ngã nón bái phục. Cây dừa cao chót vót như vậy đó, vậy mà họ vừa ôm vừa 'bước' lên gọn hơ, thoát cái đã thấy ngồi trên ngọn dừa rồi. Tôi hay nhờ anh bắt giùm tổ chim, mỗi khi anh tới nhà mua dừa, để cho chị Lan, chị của ảnh, chất đầy lên chiếc xe đạp, rồi đẩy lên đường cái Trẻ (?) bán lại cho các đại lý.

Ba bốn chục năm qua rồi, ngỡ chừng những chiếc tổ chim dòng dọc đã chìm sâu vào ký ức, dường như đã lãng quên. Nào ngờ hôm nay nó lại về, lại làm tui nao nao.

Bồi hồi nhớ lại hàng dừa đã lão đứng bên mương nước sau nhà của nội tui trồng để lại, thường có những tổ chim đong đưa theo gió, bên tai tui còn mơ hồ tiếng chim mẹ kêu táo tác vì mất tổ mất con.

Tui như còn thấy được những giọt mồ hôi chảy dài trên da mặt đen giòn của ông anh chuyên nghề hái và làm cỏ dừa mướn, hay dáng người chị đầu che nón lá, vẹo người đẩy chiếc xe đầy những buồng dừa tươi, nặng nề leo lên dốc đường làng, mà thương cách gì cho những người vất vả mưu sinh.

Ước sao có lại chiếc ổ chim của ngày nào, tui sẽ kể cho các con nghe về chuyện của những người nhà quê, chuyện của tía nó, về một thời xa ngái.

Chắc sẽ bắt đầu bằng: "Ngày xưa, thời của bá hay bắt chim đuổi bướm, thường gần gũi với hoa lá cỏ cây. Quê hương của bá luôn có nắng có gió đong đầy, có những niềm riêng mà khi chạm vào là lòng nghe rưng rức... "

TRÁI ME, MẮM RUỐC VÀ NHẠC TRẦN TIẾN

Nhà ông anh tôi có trồng một cây me từ hạt được lấy từ bịch me muối mà má tôi đem qua, nhân chuyến bà về thăm quê.

Đến nay chắc có lẽ nó đã hơn mười bốn tuổi rồi, tàn lá thấp nhất đã cao hơn tầm tay với, mỗi khi tôi hái trái đều phải dùng thang chứ không dám trèo như " khi xưa ta bé " nữa, vì ngại sẽ giống như câu vè dân gian mà má tôi hay nhắc nhở, mỗi khi thấy thằng con ham leo ham trèo "Xoài giòn mít dẻo me dai/ trèo lên trèo xuống bể hai cái đầu".

Từ cây me này, mỗi khi đến mùa ra lá mới, nó thường cho tôi từng nắm lá me non, cho những chùm bông li ti có chiếc lá "cồ" như hoa phượng, đôi khi có cả mấy trái me mới tượng hình xanh như ngọc, dáng cong cong y như chiếc móng mèo, tất cả đều được rửa kỹ rồi vò ra để nấu canh chua, trong những ngày hè ngút nắng.

Mỗi khi qua nhà anh chơi, tôi thường vòng ra vườn, đến bên cây me ngước nhìn lên, ngắm nhìn những trái me xanh nâu lủng lẳng trên cành, tôi lại nhớ đến ngày xưa, nhớ đến cây me đôi mọc bên cạnh hồ nuôi cá của nhà tôi.

Trái của cây me đó chua ghê gớm, chua đến rùng mình luôn. Nhưng chả hiểu sao ngày đó tụi tôi lại ăn được một cách ngon lành. Chấm với muối ớt hay thảy vài hột muối vô miệng, cắn cái cụp rồi rồn rột nhai. Nước me tứa đầy miệng, vị chua gắt làm quai hàm tôi đau cứng lại, chua nheo cả mắt, vậy mà nó vẫn không làm giảm được cái ngon đã đời khi ăn me sống kiểu đó.

Nhà quê mà, nên trái me có thể chế biến thành nhiều món khác nhau. Ngoài dùng để nấu canh chua hay những món ăn chơi thông thường như làm mứt, ngâm cam thảo, me rim, me ngào đường, me muối.., những người con của Bến Đò như tôi, dù có xa quê đến bao lâu vẫn chưa quên được một món quê mùa, ăn rất "bắt" cơm: cá rô đồng đâm xóc với me.

Phải nói đây là món được làm khá đơn giản, chỉ với vài trái me sống sít, ít trái ớt tươi, dăm tép tỏi, nhúm lá gừng, mớ lá é trắng. Rồi bắt con cá rô lên, nướng cho cháy xém. Đợi cá vừa chín tới, cạo bỏ vảy, gỡ xương, cho tất tần tật luôn cả đầu cá vào cối đã có sẵn những vật liệu kể trên rồi giã sơ cho hơi sền sệt. Xịt nước mắm mặn vào, trộn đều. Cái món này ăn với cơm nóng hay cơm nguội đều ngon, nhất là sau những giờ làm lụng vất vả trên đồng cạn đồng sâu, sẽ no lòng chắc bụng cho những người nông dân chân bùn tay lấm.

Tôi là con của chủ ruộng thời đó, cũng là dạng cậu ấm...ớ như ai, nhưng tôi lại thích la cà theo những người bạn chăn trâu cắt cỏ trạc tuổi, để được cho ăn những món ăn dân dã, để được học, được biết thêm những điều chắc không trường lớp nào dạy được.

Me đâm xóc là một trong những món ăn tôi đã thưởng thức được từ lũ bạn nghèo, nên vẫn nhớ hoài nhớ hủy cái hương vị thơm mặn của mùi cá nướng, cái chua chua, xam xảm của me, cái cay cay nồng nồng của ớt tỏi. Quẹt miếng mắm lên cục cơm nguội rồi nhai ngồm ngoàm, tôi ăn ké sạch láng mo cơm của đứa bạn mới làm quen mà cảm thấy ngon cách gì. Ngồi bệt xuống cỏ, xoa bụng khoan khoái ngắm nhìn những thửa ruộng xanh rì lúa non, rì rào gió đồng mênh mang thổi.

***

Nói đến me là nói phải nhắc đến mắm ruốc. Chả biết tụi nó se duyên với nhau tự kiếp nào mà khiến tôi mê quá chừng là mê! Khi me chưa kịp cứng hột, khi trái còn dèm dẹp là lúc me ngon nhất, vì lúc trái già vỏ cứng, mất công chẻ ra, cạy hột rồi mới ăn được.

Tôi hay vích theo cục mắm ruốc, rủ thêm thằng bạn rồi thi nhau leo tuốt lên cành cao, vắt vẻo ngồi, lựa những chùm me non đong đưa trước mặt, rứt xuống chấm vào mắm, rồi cứ vậy hai đứa đớp căng bụng hết trái này đến trái khác. Riêng tôi, tôi dõi mắt sang ngôi trường bên kia đường, có nhỏ lớp trưởng học dưới tôi vài lớp, ngúng nguẩy chỉ chỏ hướng dẫn đám bạn sắp hàng ngay ngắn. Chả biết tôi mê me chua hay mê nhỏ tóc dài mà có lần tôi xuýt ngã lộn cổ xuống đất. Cây me cao chót vót, nhảy không cần dù không què cũng quặt.

Vào tháng Giêng tháng Hai là vào mùa ruốc biển. Má tôi thường mua ruốc về rửa sạch, ngâm với nước muối rồi phơi đúng một nắng cho khô dôn dốt để làm mắm. Nhà có cái cối đá và cái chày bằng gỗ mít của nội để lại, dùng vào việc giã ruốc rất tiện. Cái chày khá nặng, nên việc cầm chày bà nhường cho tía tôi. Cả một nia ruốc tươi đầy ắp, vậy mà khi thành phẩm chỉ còn đúng một tô mắm dẻ dặt. Vài ngày sau bà dỡ lớp lá chuối ra, từ màu tai tái mắm đã chuyển sang hồng đậm, thơm lừng. Ta nói mắm này mà nặn chanh vào, dằm thêm ớt, chấm thịt heo luộc kèm theo ít rau sống thì ăn quên cả thở.

Mà cần gì phải sang như vậy, cứ cơm nóng ăn chung với mắm ruốc, nhất là những ngày mà người ta thường bảo rằng "ông tha mà bà chẳng tha, Trời làm cơn lụt hăm ba tháng Mười ", lúc trời đất dầm dề mưa bão, chợ búa không thể nhóm họp được nên thịt thà cá mắm trở nên khan hiếm, khi đó có được chén mắm ruốc thì còn gì bằng.

Cũng từ mắm ruốc đó, sau này tôi còn mê thêm một món nữa, có thể gọi là đặc sản của tỉnh Bình Thuận, sau những chuyến xuôi ngược vào ra Sài Gòn bằng xe lửa, khi tàu ghé ga Phan Thiết vào lúc quá nửa đêm về sáng.

Khi con tàu thở phì phì, bánh lăn chậm dần là lúc tiếng í ới của những người bán rong làm tôi thức giấc. Nào là "Mía đây, mía đây ", "Ai... trà đá hông... ", "Cháo gà hông, em trai ?", khiến tôi có cảm giác cả bầy kiến đang chạy đua trong bụng.

Tía tôi gọi hai dĩa cơm sườn nướng, hai cha con ăn ngon lành, mặc kệ cho muỗng và dĩa nhôm móp méo nhìn bắt ớn. Chưa đủ no, tôi vòi thêm cái bánh tráng mè đen nướng, có cục mắm ruốc nhão nhoẹt với vài miếng ớt sừng trâu đỏ choét cay xé miệng nằm chình ình giữa chiếc bánh. Cứ thế tôi cứ túc tắc vừa bẻ vòng quanh vừa chấm ăn dần, lủm miếng cuối cùng là vừa hết cả bánh lẫn mắm. Sao mà nó ngon lạ đời luôn vậy cà! Đâu phải là cao lương mỹ vị gì đâu ta! Cái giòn rau ráu của bánh tráng nướng, vị béo của mè, mùi đặc trưng của mắm ruốc, tất cả quyện vào nhau, để rồi ba mươi mấy năm sau tôi vẫn còn thương còn nhớ.

Tôi nhớ tôi thương từ những cái bình dân như vậy, thương từ mùi mắm cho đến thương cả màu mắm, vì ngoài màu tím ra, màu mắm ruốc là màu làm tôi hay ngẩn ngơ nhiều nhất. Ôi chao, cứ thả trí tưởng tượng về xấp vải lụa tơ tằm mịn màng đem đi may thành chiếc áo áo dài, mà phải là kiểu áo cổ tròn mới được, rồi nó được mặc vào người con gái nào có nước da trắng trẻo, có khuôn ngực đầy đặn, với chiếc eo... giết người thì còn gì đẹp hơn trong cõi ta bà này hở Trời. Đúng là "Màu … mắm hay là màu áo em".

***

Từ trái me chua ê răng tôi nhảy tuốt qua mắm ruốc mặn mòi rồi sàng xê tới chiếc áo dài màu hồng đất, ký ức lại đưa tôi về với những dòng nhạc xưa cũ, đã từng một thời làm nhức nhối tim tôi. Như sáng nay, tôi vừa nghe lại bản nhạc Mẹ Tôi của Trần Tiến, một nhạc sĩ trong nước có nhiều nhạc phẩm rất hay.

Vào cái thời mà nhạc đỏ cứ ra rả suốt ngày, trên những cái loa, trên những sân khấu ca nhạc, và mỗi lần như vậy y như rằng tôi bị lôi ra tra tấn. Nhạc nhẽo gì mà giọng hát cứ the thé, âm điệu cứ hùng hục huỳnh huỵch như đang vác rọ bắt heo không bằng.

Hết "Năm anh em trên một chiếc xe tăng", " Tiếng đàn Ta Lư" lại đến "Cô gái Sài Gòn đi tải đạn", " Mẹ vẫn đào hầm"..., nghe toàn là bom đạn chết chóc, kêu gọi hận thù.

Thì, dòng nhạc mới của Trần Tiến với ca từ đẹp đẽ, với giai điệu ngọt ngào như dòng suối mát, êm đềm chảy thẳng vào lòng thằng nhóc mới lớn là tôi.

Thuở đó tôi nào biết Trần Tiến là ai, chỉ nhớ có những

buổi chiều tà lả lơi gió mát, tôi hay ngồi dựa lưng vào thành giếng sau nhà để "uống" từng tiếng hát văng vẳng xa đưa từ chiếc loa phát thanh trên xã, của Mặt Trời Bé Con, của Tạm Biệt Chim Én, của Ngõ Vắng Xôn Xao, mà nghe lòng lâng lâng sung sướng. Hay những lúc ngồi nghỉ mệt mỗi khi gánh nước đường xa từ chùa Hậu Phước về, ai hát Vết Chân Tròn Trên Cát đã làm tôi chết lịm, quên cả những giọt mồ hôi rịn sau lưng áo đã khô đi từ lúc nào, quên luôn cả việc quẩy nước về nhà.

"Bài hát có người lính biên cương thương mẹ.."

Người lính ra trận, nơi hòn tên mũi đạn, đối diện với cái chết từng giờ từng ngày, mà trong lòng vẫn dạt dào nỗi nhớ, vẫn đau đáu dõi về mẹ già giờ ở quê xa. Sao mà nó rất tình, rất người, làm tôi day dứt mãi không thôi.

Ai mà không thương không nhớ mẹ mình, vì ai cũng chỉ có mỗi một mẹ mà thôi, phải không bạn!

Như tôi, hôm nay bắt đầu cho một ngày mới, tình cờ một ca khúc khác của ông đã dẫn tôi về với những lối cũ với những con đường xưa, để tôi lại nhớ má tôi. Nhớ cây me đã bị chặt mất tiêu từ đời nào. Nhớ nia ruốc đỏ hồng phơi trong những ngày nắng rát. Nhớ bờ giếng mát lạnh của những buổi chiều tà, thả hồn theo lời ca tiếng nhạc ngân nga. Nhớ tiếng chày cắt cụp trong ngôi nhà xưa, mái ngói bờ tường đầy rêu xanh cũ kỹ ...

"Mẹ ơi con đã già rồi, con ngồi nhớ mẹ, khóc như trẻ con..."

TRUNG THU NÀY NHỚ LỒNG ĐÈN XƯA

Chiều hôm qua dọn dẹp nhà để xe, tôi vô tình trông thấy lẫn trong đống đồ hồi dọn nhà có hai chiếc lồng đèn chạy bằng pin tôi mua cho con từ hồi năm. Cầm lên rồi bật nút 'ON', chúng vẫn trơ trơ vì hết điện rồi.

Tôi xoay qua trở lại, tần ngần nhớ lúc thằng nhóc còn tí tẹo, một tay nắm lấy tay tôi, một tay nó tung tăng xách chiếc đèn xe lửa đi dự Tết Trung Thu với đám trẻ con xa lạ, trong lúc vợ tôi ẵm thằng út đang tròn xoe mắt, loi choi với chiếc lồng đèn con chuột bằng nhựa trong bàn tay nhỏ xíu. Bây giờ tất cả còn đây, trong khi các con tôi đã cao lớn hơn tôi nhiều rồi. Chẳng biết chúng có giữ chút kỷ niệm nào của thời còn ngọng nghịu hát "Tết trung thu rước đèn đi chơi" không nữa!

Những chiếc lồng đèn cũ kỹ cứ làm tôi bâng khuâng hoài. Nhất là đêm qua, lang thang ngoài sân, thẫn thờ khi chợt thấy ánh trăng xô bóng mình đổ dài trước mặt. Chao ơi, lại gần đến Tết Trung Thu nữa rồi. Mới đó mà gần hai mươi bảy năm tôi không còn được biết đến đêm trung thu nơi quê nhà ra sao nữa cả. Đã xa tít tắp rồi...

Bồi hồi nhìn trăng, tuy chưa tròn đầy nhưng sáng ơi

là sáng. Ánh trăng đêm đó làm cho tôi nhớ lại ánh trăng xưa, quên sao được những lần cùng bạn bè vui đùa trên con đường làng, những con đường trăng loang loáng bạc. Kỷ niệm dạt dào trôi về khiến tôi cứ đê mê với từng kỷ niệm.

Ngày đó, mỗi lần mùa Trung Thu đến, trong các cửa tiệm tạp hóa treo bán biết bao lồng đèn đủ màu đủ kiểu. Nào là những chú thỏ có đôi tai vểnh, cặp mắt tinh nghịch sáng long lanh với lớp giấy bóng kiếng xanh xanh đỏ đỏ. Nào là những chiếc lồng đèn trái bí tròn xoe, có bóng chị Hằng cùng tiên nữ xiêm y sặc sỡ, thướt tha múa hát trong mây. Hay là những chiếc đèn con gà, đèn ngôi sao rực rỡ, chiếc treo trên cao, chiếc treo dưới thấp, làm cho mỗi lần má dắt anh em tôi đi ngang qua, thế nào tôi cũng trì lại, để được đứng nhìn một cách thèm thuồng, ao ước.

Má tôi cũng biết thằng con mê lồng đèn, nhưng bà nhất quyết không mua là không mua. Bà nói chưa tới rằm, mua sớm tôi sẽ nghịch hư mất, đến lúc chơi lại không có. Tôi nào biết vì không dư dả nhiều, nên bà đợi đến cận ngày mua sẽ rẻ hơn.

Rồi má tôi cũng sắm cho anh em tôi hai chiếc lồng đèn con bướm và trái bí. Bà ưu tiên cho em gái tôi chọn trước. Em tôi tần ngần chọn lựa, trong lúc tôi vái thầm "lấy trái bí đi, Chi." Khi nó cười toe với chiếc đèn nó thích, tôi thở phào sung sướng vì tôi ưng chú bướm hơn. Làm anh vô duyên như tôi chắc chỉ có một!

Tôi còn nhớ lần đầu cầm chiếc lồng đèn con bướm trong tay, tôi mừng như không còn gì mừng hơn được nữa. Cái màu vàng tươi của giấy bóng kiếng quyến rũ vô cùng, điểm thêm dăm ba nét vẽ hoa lá cành nhiều màu, cộng với mấy sợi râu xoăn tít, bên cạnh những vòng tròn lốm đốm trên đôi cánh của chú bướm, sao mà sống động lạ lùng. Nhất là lúc cắm chiếc đèn cầy vào, thắp sáng lên. Ôi chao! Chú bướm của tôi hình như biết chập chờn bay lượn.

Xỏ chiếc que tre vào lồng đèn, tôi ù chạy qua nhà nhỏ bạn để rủ nó đi chơi cùng, không kịp đợi em tôi đang lầu bầu hờn dỗi vì nó vừa nhận ra đèn của nó xấu òm! Đèn gì mà tròn trùng trục, giống y chang nó. Tôi biết tỏng là nó thích chiếc đèn của tôi hơn, đòi đổi nhưng tôi nhứt định không. Muộn rồi em ơi!

Nhập chung với đám bạn cùng xóm, tôi hí hửng khoe chiếc đèn mới toanh. Đèn của lũ trẻ con có chiếc đẹp hơn, nhưng tôi cứ cãi văng mạng, xém chút là đập lộn vì tôi cho rằng đèn của tôi là số một.

Đang dung dăng dung dẻ, nhỏ bạn giậm chân phụng phịu vì chú chuồn chuồn ớt đỏ chót của nó tự dưng gió thổi tắt ngúm. Tôi vội để chú bướm của tôi xuống, lui cui tìm cách thắp lại đèn cho nó. Nào ngờ lồng đèn của tôi bén lửa vì tôi sơ ý để nó ngã nghiêng. Điếng hồn nhìn đèn ngùn ngụt cháy, tôi ngỡ tôi đang cháy theo đèn.

Tôi mếu máo xách chiếc khung đèn cháy nham nhở về méc má. Bà vò đầu tôi: "Thôi, nín. Con chạy ra chơi với bạn đi. Năm tới má mua cho cái khác."

Tôi đưa tay quẹt nước mắt, liếc nhìn chiếc đèn của em tôi, thấy sao trái bí của nó giờ lại đẹp lạ lùng. Nhưng nhìn cái miệng sún đang le lưỡi lêu lêu, tôi bỗng dưng ghét nó vô cùng là ghét.

Đêm đó cuộc vui vẫn còn rộn rã, ánh trăng ngà vẫn còn

rạng rỡ trên cao, nhưng sao tôi thấy buồn ghê gớm. Bó gối ngồi nhìn đám bạn đang rồng rắn chung quanh, cầm chiếc nang tre còn sót lại tội vẽ vẩn vơ dưới đất, bùi ngùi tiếc nhớ chiếc đèn vắng số. Chỉ vì một phút đại gái mà nó "chết" một cách lãng xẹt. Càng ngỡ ngàng hơn là nhỏ bạn, thấy tôi là một kẻ trắng tay đúng nghĩa, mặc xác tôi đang ủ rũ như con cú mắc mưa, nhỏ tung tăng rước đèn với những đứa khác. Tôi tủi thân chạy vụt về nhà, hình như ánh trăng lạnh lùng đang dõi theo tôi.

Như đã hứa, năm sau má tôi đi Sài Gòn về có mua cho anh em tôi một cặp lồng đèn cá chép to sụ. Trong đời tôi chưa thấy có chiếc đèn nào mà vừa to vừa đẹp như vậy hết. Nó có màu đỏ tươi, bóng lộn dưới lớp kim nhũ óng a óng ánh. Tôi mê chiếc đèn đến nỗi tôi không dám xách đi chơi. Tôi treo nó lên trên gác, chờ đến đúng rằm tôi cẩn thận gắn chiếc đèn cầy vào, nhè nhẹ thắp lên. Chiếc đèn con cá như giật mình thức giấc, bơi lội tung tăng. Để đến bây giờ trong tiềm thức, thỉnh thoảng tôi vẫn thấy nó nhởn nhơ đâu đó.

Hết Tết, tôi cột chung nó với đèn của em tôi lại, treo trên gác, chờ năm tới lại lấy xuống, phủi bụi, thắp đèn lên và chơi tiếp. Đâu được chừng vài lần, chiếc đèn cũ quá nên bung nang, giấy đi đàng giấy, khung đi đàng khung. Lại thêm một lần ngẩn ngơ tiếc nuối.

Sau 1975, gia đình tôi tản cư về quê, và những cái Tết Trung Thu sau đó không còn được như xưa nữa. Tết Nhi Đồng mà không đèn, không bánh thì không ra cái Tết chút nào. Cho nên tôi tự làm đèn lấy mà chơi. Các bạn còn nhớ cách làm đèn ngôi sao, đèn bánh ú ra sao không? Với tôi, chuyện đó dễ như húp cháo nóng. Chỉ với vài cọng sống lá, hay vài khúc tre là tôi có thể vót ra nang, thắt lại là thành khung đèn ngay. Khó nhất là không có giấy bóng kiếng màu để phất.

Cái khó ló cái khôn, vớ lấy mấy cuốn vở của ông anh, tôi rứt ra làm đèn không nương tay. Những chiếc đèn con nhà nghèo đơn sơ, không còn bóng lộn, không còn màu sắc sặc sỡ nữa, nhưng hồn của tuổi thơ vẫn quyện vào từng chiếc đèn, khiến cho má tôi nhìn con cặm cụi mà ứa nước mắt.

Lớn lên một chút, rước đèn Tháng Tám đối với tôi đã là trò con nít. Tôi không thèm đèn nữa vì tôi có trò chơi mới mạnh bạo hơn. Tôi rủ đám bạn cùng trang lứa đi chặt trộm tre về làm đuốc. Đứa nào không có tre thì chơi tạm đuốc bằng ống đu đủ cũng được. Tôi lén lấy dầu từ những chiếc đèn hột vịt trong nhà, châm cho đầy ống tre, xé áo cũ se lại làm tim đèn. Chờ đêm trăng sáng là cả lũ quỷ sứ đứa nào đứa nấy tay cầm đuốc cháy phừng phừng, rùng rùng chạy từ đầu trên tới xóm dưới, la hét rân trời, làm vang động cả đêm trăng yên tĩnh.

Chả biết là tôi có nghiệp ăn đòn hay sao mà bất cứ trò chơi nào do tôi bày đầu, không trước thì sau tôi cũng bị lãnh thẹo. Tôi khích tướng thằng bạn để nó dí cây đuốc vô cái lồng đèn đẹp nhất của tụi con nít đang nhỏng nha nhỏng nhảnh. Nhìn thằng bé mếu máo trong khi chiếc đèn biến thành tro than, tôi hối hận không kịp. Hình ảnh chú bướm vàng ngày nao bị cháy đen thui hiện về, tôi xót xa quá! Và tôi biết cái mông tôi thế nào cũng sẽ xót… gần, vì thằng nhóc tì đã chỉ đích danh tôi là thủ phạm.

Rõ oan cho tôi quá chừng!

***

Đem hai chiếc đèn bằng nhựa vô nhà, tôi đưa lại cho con tôi. Thằng lớn còn nhớ đó là đồ chơi của nó, thằng nhỏ thì quên tuốt luốt. Tôi phải giải thích một hồi con tôi mới lờ mờ hiểu lồng đèn dùng để làm gì. Hai đứa nó lúi húi thay pin. Hên làm sao hai chiếc đèn còn chạy được.

Nhưng nhìn con chơi đèn một cách dửng dưng, tôi thất vọng tột cùng vì tôi nhớ lại những chiếc lồng đèn mà tôi đã nâng niu trong dĩ vãng. Đúng là mỗi thời mỗi khác. Cũng là ánh trăng Thu huyền diệu đó. Cũng là bánh nướng, bánh dẻo thơm lừng đó. Cũng là đèn là đóm đó, nhưng sao tôi thấy nó thiêu thiếu một cái gì. Có lẽ thiếu hồn quê chăng! Hay vì vắng đi tiếng cười đùa của đám bạn bè xưa cũ!

"Ánh trăng trắng ngà, có cây đa to, có thằng cuội già ôm một mối mơ…" bài hát ngày xưa tôi thường nghêu ngao chợt vọng về.

Ừa! Tôi như chú cuội già, vì quá tinh nghịch mới bị "lưu đày" xa quê hương, xa xứ sở. Giờ đây ôm nhiều mối mơ, mơ làm sao được đi lại trên con đường làng vào những đêm Trung Thu có đèn trăng tráng sữa. Mơ được nhìn lại mình cùng bè bạn trang lứa rước đèn đốt đuốc như năm nao. Mơ được về với tuổi thơ quá đỗi ngọt ngào, nhưng cũng không kém phần sôi động của những ngày xưa còn bé…

TỪ CỦ KHOAI LANG CHÀNG RÀNG
QUA CÁI CU LIÊM SẮT

Vừa rồi có phóng viên Ngọc Lan và các chị bạn qua nhà tui chơi. Tui chở cô trở lại thăm vườn rau của Chú Mười mà cũng vào tháng này năm trước đó nữa cô đã tới để viết một loạt phóng sự nổi đình nổi đám về vườn rau và vườn cây ăn trái của người Việt tại Florida.

Tiếc một nỗi là vườn xưa giờ đổi chủ. Chú Mười đã về hưu, không còn làm việc ở đó nữa. Cảnh cũ tiêu điều, tan hoang xơ xác.

Đi dạo quanh một vòng, nhớ lúc nhìn chú trong bộ quần áo lao động bạc thếch, điều khiển chiếc máy cày lên từng luống đất trồng rau, hay lưng đeo bình xịt thuốc, cần mẫn xịt từng giây đậu đang trĩu oằn trái, trong lúc nắng chiều đã nhạt. Mới đó mà cả cảnh lẫn người đã trở thành quá khứ, một điều gì đó dâng lên khiến tui cứ bùi ngùi hoài.

Phía thửa ruộng bên kia, một chị làm thế chỗ cho chú Mười, đội chiếc nón lá, tay chân mặt mũi trùm kín mít, đang lúi húi cắt nốt những bụi hẹ xanh non. Tui mon men đến gần để làm quen, thăm hỏi dăm câu rồi ngỏ ý xin cây cu liêm mà chị đang xài. Chị nói để chị lấy cho cây mới, nhưng thấy tui có ý thích những gì cũ kỹ, nên chị cười cười rồi đưa cho.

Cầm cây cu liêm có cái cán đen nhẻm đã lên nước bóng láng, tui nghĩ chị phải xài nhiều lần lắm nó mới được như vậy. Hỏi chị, chị không nói, chỉ cười, một nụ cười thật thà chất phác, chịu thương chịu khó của người nông dân Việt Nam trên vườn rau ngay xứ Mỹ này. Chị tháo nón cầm tay, phe phẩy quạt cho khô những giọt mồ hôi đang lăn tròn trên má. Nắng quái xô bóng chị đổ dài sau lưng, tui thấy cuộc đời sao có những cuộc hạnh ngộ, có những hình ảnh đẹp lạ lùng, đẹp như dáng chị xoay lưng quảy mớ rau về trại, chuẩn bị nấu bữa cơm muộn. Từng đàn chim trời cũng vậy, chúng cũng đang cắm cúi bay về tổ trong ánh nắng chiều thoi thóp.

Bước qua vồng khoai lang đã thu hoạch xong, giờ chỉ còn sót lại vài giây khoai đang ngẩn ngơ bò đây đó, tui cúi xuống ngắt vài ngọn, hy vọng đem về được một ít kỷ niệm để gọi là nhớ cố nhân.

Những ngọn rau lang đó được vùi xuống đất vườn nhà, ai ngờ nó bén rễ rất nhanh, chỉ sau vài tháng nó đã lên xanh um tươi tốt. Mấy bà chị của tui thường xuống hái cho cả ôm đem về luộc. Vậy mà chỉ độ vài tuần sau những giây lang cụt ngọn lại đâm chồi rồi ra lá trở lại.

Chiều nay ra vườn tưới rau, tui tò mò xem thử khoai mình trồng kiểu tài tử có củ chưa. Ngạc nhiên hết sức, tui moi được một củ khoai nhỉnh hơn nửa cườm tay đang vùi mình dưới lớp đất pha cát. Câu ông bà mình thường nói "khoai đất lạ, mạ đất quen" thật không trật vào đâu được, cho nên dù tui có trồng chơi chơi mà vẫn có ăn thiệt!

Giống khoai này là khoai lang tím, còn được gọi là khoai Dương Ngọc.Tui đem khoe với bà nhà báo nổi tiếng lí lắc như con chuột nhắt, ai đời bả gọi đó là khoai... ngọc dương. Thiệt tình thầy chạy bạn tui luôn.

Nói bạn đừng cười chứ trong các màu sắc, tui mê màu tím nhất. Không phải mê theo kiểu "yêu màu tím, mê nhạc Trịnh, thẫn thờ ngắm hoàng hôn thả vàng trên sông, tay vuốt tóc miệng thở dài đếm ưu tư trên từng con sóng" đâu nha. Tui chưa đi hát cải lương lần nào nên mộng làm kép hát còn xa vời lắm.

Có lẽ tui mê màu tím từ lời thơ "ngày xưa nàng yêu hoa sim tím, áo nàng màu tím hoa sim", hay "Chiều tím, chiều nhớ thương ai", hoặc qua bài thơ "Được Mùa" mà tui học thuộc lòng từ nhỏ, đến nay vẫn còn nghe thơm thơm mùi rơm mùi rạ, trong đó có mấy câu:

Bụi duối, bờ tre nhạt nắng hè
Lúa ngô từng đống xếp vàng hoe
Dưa hồng, bí đỏ, khoai lang tím
Tấp nập đường thôn, xe nối xe.

Đó, có màu tím của củ khoai, của tuổi thơ một thời quê mùa dân dã của tui đó.

Xin trở lại cái cu liêm.

Thật ra tên của nó là câu liêm, hỏng phải cu. Nhưng chả biết tại sao quê tui gọi là cu liêm, miết rồi chết tên, đến bây giờ tui vẫn gọi như vậy.

Với cái cu liêm tui cũng có ít nhiều kỷ niệm về nó.

Số là ngày đó ruộng nhà chưa bị vào hợp tác xã, vào mùa lúa chín, ông già tía thường đi coi thợ gặt. Ông già đi trước, thằng con lẽo đẽo theo sau. Tui đang cắm cúi soãi chân trên bờ ruộng hẹp đầy gai mắc cỡ và rau má dại cho kịp ông già mình, thì ông đột ngột dừng lại để đỡ ngọn lúa trĩu bông bị gãy cụp ngọn, làm tui đâm xầm vào ông già rồi nhào luôn xuống ruộng, lấm lem bùn sình. Những người đang gặt lúa cười rần làm tui quê gần chết.

Sẵn dịp, ông biểu tui phụ với những người thợ gặt để học lấy nghề cắt lúa hái rau, cày sâu cuốc bẫm.Thấy cây cu liêm ngộ quá, tui đòi cho bằng được rồi hăm hở túm lấy lúa chín trĩu hạt làm cái soạttttt.

Lưỡi cu liêm liếm một phát vào ngón tay. Dầm dề máu. Đáng kiếp cái thứ lanh chanh như hành không muối. Đến giờ vết sẹo vẫn còn lờ mờ.

Từ bài học để đời đó mà tui biết xử dụng cu liêm một cách thành thạo hơn. Đến nỗi chị ở vườn rau chú Mười còn ngạc nhiên, không biết gốc gác cái thằng khỉ gió này là bần cố nông hay sao mà múa cu liêm cắt rau giỏi quá, mất công chị đã dặn dò coi chừng đứt tay.

***

Tui đang ở một nơi được gọi là Hoa Kỳ, xa quê hương, xa ruộng nương, xa cả tuổi thơ mà kỷ niệm vẫn không hề xa, vẫn còn đầy trong tâm tưởng. Để có lúc nào đó ký ức chợt về, lại thấy biết bao thương nhớ vây quanh, làm mình cứ bồi hồi xao xuyến.

Chừng tháng nữa thôi là tui sẽ moi đám khoai này lên. Tui sẽ đếm xem được bao nhiêu củ, chia cho bao nhiêu người. Dĩ nhiên tui sẽ dùng cái cu liêm của chị "tên gì đó ơi" để cắt mớ giây khoai này, ngọn non sẽ luộc chấm cá kho cá nướng, ngọn già thì sẽ trồng lại cho "vụ mùa" tới. Tình quê, hồn quê là đây, là ở chốn này đó, bạn ơi!

NGÀY THỨ SÁU ĐEN

Bàn về chuyện khôn hay dại, được hay mất vẫn là chuyện nhức đầu nhiều tập. Thí dụ như chuyện tôi đi xếp hàng mua sắm vào ngày Black Friday vừa qua, chả biết nên nói nó là dại hay khôn. Mời các bạn làm phán quan, thử xét tôi rơi vào trường hợp nào. Xin được bắt đầu bằng câu chuyện: Mua sắm vào giờ khắc đầu tiên của ngày Thứ Sáu Đen.

Trước đó cả tuần, ý định mua quà cáp cho hai đứa con tôi năm nay sẽ là đồ điện tử. Biết ý thằng con đầu lòng mong muốn có được chiếc laptop mới chạy nhanh hơn chiếc đã quá cũ hiện vẫn còn đang xài, trong khi đứa út đã chán ngắt với Wii nên ao ước tôi sắm cho nó chiếc Playstation đời mới. Sáng sớm ngày thứ năm, tôi chạy đi rinh về một xấp báo quảng cáo Pre-Black Friday Sale dày cộm, chúi mũi vào từng trang để tìm món quà ưng ý.

Úi trời ơi, đúng là lạc vào mê hồn trận! Tiệm nào cũng tìm cách móc hầu bao các khách hàng chăm chỉ mua sắm như tôi hay sao mà hàng hóa ê hề đủ loại, đủ màu đủ sắc rực rỡ đến hoa cả đầu, váng cả mắt. Hãi hùng quá, tôi vội bàn giao công việc đội đá vá trời đó cho hai thằng nhóc, quà đứa nào thì đứa nấy lo dò tìm nơi nào rẻ nhất, lên list rồi đưa cho tôi duyệt, trước khi chuyển hồ sơ lên cấp trên xin tài chánh.

Chuyện học hành, chuyện làm bài vở ở nhà của các con, tôi phải nhắc như nhắc đò mà chúng nó vẫn chểnh mảng, trong khi mua quà thì lẹ làng vô cùng. Nhoáng một cái là đã thấy chúng trình lá sớ Táo Quân dài thòng cho tôi rồi. Cả nhà phải ngồi lại, so sánh cân đo đong đếm mất cả buổi, cuối cùng tôi quyết định đi sắp hàng ở Best Buy, hy vọng sẽ mua được cả Laptop lẫn PS-3, vì giá tiền không những rẻ hơn ở những nơi khác mà địa điểm lại rất gần nhà tôi đang ở. Tôi nôn nao mong giờ "đi hoang" thì ít, các con tôi rối rít chờ quà thì nhiều.

Bữa tiệc Thanksgiving của gia đình còn đang dở dang, tôi còn đang gặm gân gà, hai thằng con đã chạy tới thúc vô hông hãy đi liền nếu không thì trễ.Tôi đưa mắt nhìn bà xã ngầm xin phép, uống vội miếng nước rồi xô ghế đứng lên, không quên tới ôm vợ một cái lấy điểm rồi co giò vọt lẹ. Bà xã tôi lắc đầu ngao ngán, nhưng mỗi năm có một lần, nên cũng đành nhắm mắt làm ngơ.

Chúng tôi nai nịt quần áo ấm từ đầu cho tới chân, ba cha con chia nhau vác theo đủ thứ lỉnh kỉnh, nào là ghế dựa, game giếc, nước uống, thức ăn vặt để khỏi buồn mồm trong lúc bị trời hành.Tới điểm hẹn vừa đúng tám giờ tối. Chả biết người ở đâu mà túa ra đông như quân Nguyên. Mọi năm thay vì mở cửa vào 4 giờ sáng, năm nay Best Buy lại chờ đúng 12 giờ là họ mở cửa cho vào rồi, vì thế lúc chúng tôi đổ bộ đã thấy cả một Vạn Lý Trường... người đang rồng rắn lên mây, vòng vèo ôm trọn gần hết cả khu thương xá rộng lớn. Ba cha con tôi lui cui bày binh bố trận, kéo ghế trải mền chuẩn bị nhập cuộc vui.

Ngồi chóc ngóc như cóc chờ mưa, tôi thấy thời gian trôi chậm quá chừng. Hai năm trước, tôi cũng đi sắp hàng ở nơi này, vẫn có cô bạn người Lào làm chung hãng tới sớm giữ chỗ giùm. Nay nhìn quanh quất chẳng thấy bóng dáng cô đâu. Tôi mơ hồ ngỡ có một nụ cười mĩm, một ánh mắt đen láy láy sau chiếc mũ len dày cộm... Tôi bỗng bật cười một mình, chả lẽ tôi thức khuya dậy sớm đến nơi này chỉ để mong được thấy đôi mắt láy đen thôi sao !

Bà con chung quanh cũng náo nhiệt không kém, nhóm thì chơi guitar đàn hát rân trời, nhóm thì tụ tập chơi bài hò reo inh ỏi. Có một hoạt cảnh tếu không chịu được, tôi chụp được hình một trự trùm mền nằm im dưới đất, ngay trước cửa tiệm bán giường bán nệm. Một hình ảnh với hai thái cực đối chọi nhau: bên trong nệm ấm chăn êm, bên ngoài lạnh lẽo nằm rêm cả mình. Nói chung không khí rất là vui nhộn, vui vì nhìn mọi người ai cũng "khùng" giống như mình, nhà không ở, ham của rẻ, tự hành hạ mình chơi cho vui.

Nhìn hàng người trước mắt, tôi lan man nghĩ thầm, Best Buy chỉ phát ra đúng 15 tickets cho chiếc Laptop mình định mua, còn PS-3 ai may mắn lọt vô cửa sớm thì còn, lon ton ở ngoài thì... nhịn. Cha con tôi đứng tít tấp dưới này chắc có nước ngáp ruồi, cơ hội cờ đến tay coi bộ khó quá.

"Cùng tất biến, biến tất thông", lời người xưa không sai một tý nào cả. Dặn hai thằng con cứ ở chỗ cũ, tôi tà tà đi ngược lên trên, hòng may có gặp người quen thì nhờ vả. Đúng là trời không phụ lòng người, cách cửa vào tiệm khoảng 15 feet, tôi nghe loáng thoáng có người nói tiếng Việt. Dáo dác nhìn quanh, một chị đèm đẹp đang lót dép ngồi dưới đất, tai áp sát vào phone tám liên u bất tận. Cơ hội đây rồi, tôi nhào tới làm quen liền. - chị ơi ! Cho tui hỏi này chút đi, chị ơi! - Gì vậy, anh? - Chị định mua gì vậy? - À! Em định mua Laptop. Có chi hôn, anh? - Tui cũng vậy,

nhưng sắp hàng xa quá, chắc không tới phiên tui quá... -
Anh định mua loại nào, em chỉ thích Sony thôi. - Ồ! Vậy
thì hay quá, tui đang ngắm nghía cái Samsung. Vậy khi nào
họ phát ticket, chị lấy giùm tui nha. May quá, món hàng tui
định mua lại không trùng với chị. - Ừa, nếu được em sẽ lấy
giùm cho anh. - Dạ, cám ơn chị nhiều.

Thế là tự dưng có mối quen, nên tôi yên tâm về lại vị
trí cũ, quấn mền chờ sung rụng. Ngồi nhìn trời nhìn đất một
hồi, tôi chợt cảm thấy áy náy trong lòng. Trong lúc tôi yên
ấm trong ghế như thế này mà ân nhân mình phải ngồi bệt
dưới đất, trong cái giá lạnh thấu xương, thì tội nghiệp quá.
Ý tưởng thoáng qua đầu, tôi vội tò tò vác cái ghế của tôi lên
đưa cho chị, kèm theo chai nước lọc.

Phải một hồi rằng thì là mà, chị mới chịu ngồi xuống
ghế. Tôi vừa dợm bước đi thì chị nói với theo: "Anh gì đó
ơi, hay là anh đứng đây nói chuyện với em cho có bạn, chứ
phone hết pin rồi, trời thì lạnh quá!" Bố bảo tôi cũng không
dám kêu chị bằng em nữa, nhưng được đứng nói chuyện với
chị thì có ngu mới chối từ. Tôi móc điện thoại gọi cho hai
thằng con thu dẹp bãi chiến trường, chuyển quân lên trên
cho tiện việc sổ sách. Trong lúc con tôi hý hoáy chơi game,
tôi với chị nói linh tinh lang tang đủ thứ chuyện trên trời
dưới đất, quên bẵng đêm đã khuya, sương xuống mỗi lúc
mỗi dày và dường như cái lạnh căm căm cũng bay mất tiêu.

11giờ khuya, nhân viên của Best Buy lục đục kéo ra
phát tickets. Tôi nhận thấy cách họ tổ chức coi bộ văn minh
hơn những nơi khác. Thay vì chờ đến đúng giờ mở cửa cho
thiên hạ ùa vào, ai đè dẹp ruột lời phèo ai thì ráng chịu, thì
họ lại sắp xếp và phân phối tickets cho người đến trước
được ưu tiên trước. Có nghĩa là người nào cầm được phiếu

món họ muốn mua trong tay, sẽ yên tâm 100 phần trăm là mình có được món đó, khỏi phải chen lấn chi cho mất thuần phong mỹ tục, rồi đục lộn nhau chi cho mất vui. Ai không có phiếu bảo đảm thì tự do ra về, chờ năm sau.

Cả chị lẫn tôi đều hân hoan vui mừng, vì món hàng chúng tôi muốn mua đã nằm trong tầm tay với. Riêng thằng út lo ra mặt, vì máy chơi game PS- 3 phải đợi lọt vào trong tiệm mới biết có rinh được về nhà hay không .

12 giờ sáng, cánh cửa vào thiên đường mua sắm của Best Buy bắt đầu mở rộng. Mọi người nhao nhao, nối đuôi ào vào tiệm. Đèn đuốc sáng choang, hàng hóa bày biện đẹp mắt, khiến cho ai nấy đều hăm hở móc bóp rút thẻ mặc sức mà cà. Hai thằng con tôi, với tấm bản đồ cầm trong tay, chạy ùa đi tìm chiếc máy chơi game ngay lập tức. Tôi cũng lăn xăn tới chỗ này, ghé chỗ kia để coi thử thiên hạ mua sắm ra sao. Trời ạ, nếu ngày nào cũng như ngày này, ai ai cũng chịu chi tiền thì chắc mộng xây nhà trên cung trăng của dân Mỹ sẽ không xa.

Một đỗi sau, con tôi hả hê ôm cái PS3 tới. Tôi chìa cái ticket của Laptop ra cho thâu ngân viên tính tiền, rồi ôm một mớ hàng mới mua, cộng trừ nhân chia xong cũng tiết kiệm được gần 400 tì, cũng đáng công cho hơn 4 giờ phơi sương chịu lạnh.

Năm nào cũng vậy, cứ vào dịp này là tôi có cơ hội đi hoang, ngủ gà ngủ gật, màn trời chiếu đất, chỉ để tìm cảm giác gió bụi dọc đường, vừa được hưởng cái thú giang hồ vặt, vừa xả bớt căng thẳng đầu óc. Nếm mùi sương gió, mới hiểu mái nhà mình là nơi ấm áp nhất. Co ro trong giá rét, mới thấy thèm vòng tay ôm ấp biết bao nhiêu. Điều mình ngỡ rằng khôn, thiên hạ cho là dại. Ừa, thì dại. Điều mình dại, thiên hạ bảo rằng khôn. Ừa, thì khôn.Tranh cãi làm gì những chuyện vô cùng, khôn hay dại, nỗi niềm riêng, riêng mình ta biết.

QUÊ HƯƠNG QUA MẢNH VƯỜN NHỎ

Tiểu bang Florida, nơi tôi ở, được gọi là Tiểu Bang Đầy Nắng, Sunshine State.

Xuân hạ thu đông, mỗi mùa nắng lại có nét đẹp riêng của nó. Nhưng tôi lại yêu ánh nắng mùa xuân ở nơi này nhiều nhất, vì nắng ấm chan hòa khắp nơi, không gian tràn ngập sắc vàng tươi như hoa cải. Lẫn trong không khí mát mẻ trong lành là mùi nắng thơm tho tinh khiết. Nắng mới nhảy múa reo vui trên ngàn hoa nội cỏ, khiến tất cả cây cành đều hớn hở chuyển mình thay lá mới, xôn xao ra hoa kết nụ. Hình như nắng cũng sà xuống bãi cỏ xanh non để thì thầm: "xuân mới đã về rồi, thức dậy đi cỏ ơi!"

Ngày dài hơn, cho nên ngoài những giờ làm việc trong hãng, về đến nhà là tôi ở rịt ngoài vườn cho đến tối mờ tối mịt. Nào dọn dẹp vườn tược, xén cây nhổ cỏ, nào vun đất lên luống trồng rau trồng bông.

Sau nhà là mảnh vườn nhỏ, tôi trồng các loại rau quả thường dùng, mỗi thứ một ít. Cạnh tường là giây khổ qua xanh màu lá mới đang ra những nụ hoa vàng đang vươn vòi leo lên giàn trên cao. Nơi góc vườn là khóm bạc hà lá xanh như ngọc, mỗi khi được tưới, chúng thường xòe tay hứng lấy những giọt nước tròn xoe lóng la lóng lánh như thủy ngân, để rồi khi có gió nghịch ngợm thổi về là chúng lăn tới lăn lui rồi rủ nhau chui tọt xuống đất.

Dăm bụi ớt chi chít hoa trắng, vài cây rau hung quế sởn sơ phất phơ những chiếc ngồng lấm tấm bông tim tím, chúng nó là hàng xóm láng giềng với đám rau ngổ xanh rì đang cố tranh tươi tranh tốt cho bằng với vạt lá lốt xanh bóng, tất cả đều hứa hẹn cùng nhau họp mặt trong những bữa cơm của gia đình, cho đúng với câu cây nhà lá vườn.

Ven lối đi vào nhà, tôi trồng hàng sứ Thái Lan có nhiều màu khác nhau. Nắng càng dữ thì chúng càng ra hoa tợn, đặc biệt là cây sứ đỏ, trông như hàng cây phượng vĩ tí hon đầy những hoa là hoa, cứ như đang thắp lửa đỏ rực bên thềm nhà.

Tốn tiền cho phân bón, cây giống và nước tưới cũng khá bộn. Dẫu biết rằng tiền bạc và công sức đổ vào nhiều hơn so với việc đi mua của thiên hạ trồng sẵn, nhưng tôi vẫn thích tự tay trồng tỉa lấy. Với tôi đó là một thú vui nhàn nhã, để mỗi khi đi làm về được nhìn vườn rau xanh non tươi tốt, hay ngắm những đóa hoa đang khoe hương khoe sắc, là bao nhiêu mệt nhọc trong ngày đều tan biến. Nhất là khi chiều xuống, cầm vòi nước tưới thật đẫm, nhìn những luống hoa và rau được tắm mát mà ngỡ như chúng đang sung sướng nói cười, đang kể cho tôi nghe những điều ngộ nghĩnh trong ngày mà chỉ có những người yêu hoa lá cây cỏ mới cảm thấy được.

Một góc quê hương của tôi là đây!

***

Năm nay tôi cố tình để dành khoảnh đất trước sân chỉ để trồng hoa vạn thọ, loài vạn thọ lùn mà bạn tôi từ bên nhà gửi tặng, kèm theo câu hỏi rất dễ… mích lòng, "Bạn hiền còn nhớ đến giống bông này hông?"

Quên làm sao được hở bạn! Tôi từng có một kỷ niệm sâu lắng về nó, để bây giờ mỗi khi chợt trông thấy là lòng tôi lại nao nao.

Cuối năm đó, cả gia đình tôi từ Sài Gòn tất tả ngược về quê cho kịp đón Giao Thừa, vì những ngày dài chờ đợi để được phỏng vấn đi Mỹ quá nhiêu khê. Về đến nhà trời đã xế chiều, tôi vội vã đạp xe lên thị trấn định bụng ghé chợ hoa tìm mua một chậu thược dược hay mãn đình hồng mà vào những năm trước đó tôi thường tự tay trồng lấy để mừng xuân mới.

Nhưng vô vọng.

Chợ Tết nhà quê vào buổi chiều cuối năm sao mà thê lương lạ. Hàng hóa lèo tèo vì người ta đã bán tống bán tháo tất cả để còn kịp về nhà đón rước ông bà. Rảo bước qua những chậu hoa còn sót lại, trông nó bầm dập xấu xí một cách thảm não. Thở dài vì biết lần này chắc sẽ không có hoa chưng Tết, tôi lặng lẽ quay về.

Gió trốt thổi mạnh, cuốn rác rưới lẫn bụi bặm đuổi nhau chạy vòng vèo quanh chợ làm miếng lá chuối khô vướng vào bánh xe của tôi. Cúi xuống gỡ ra, khi ngước lên tôi chợt thấy một người con gái ngồi ở góc cầu Đồn, tay kéo chiếc nón lá che mặt, có lẽ để tránh bụi đường. Bên cạnh là cây vạn thọ trồng trong chiếc bẹ chuối được bẻ vuông góc, chiếc bông chính thì gãy gục, ngoẹo đầu buồn bã như chủ của nó đang ngồi bó gối, mắt buồn hiu như muốn khóc.

Tôi ngồi lặng yên trên xe, chống chân xuống đất và ngầm để ý đến cô. Cứ mỗi khi có ai đi qua cô đều ngước lên, đẩy nhẹ chiếc nón ra sau, khoe chiếc lúm đồng tiền độc nhất: "Chị mua chậu bông này giùm em đi chị!", "Cô ơi, còn một cây chót, cô mua gúp con, cho con còn dìa nữa cô ơi!". Để rồi sau đó là tiếng thở dài hiu hắt, từng bước chân vô tình đi qua mà không một bước chân nào dừng lại.

Chẳng biết cô đã ngồi đó bao lâu rồi mà hoàng hôn đã nhá nhem sao cô vẫn chưa dọn dẹp về nhà. Tôi dắt xe tới gần, định bụng sẽ mua giúp, vì thấy tình cảnh đáng thương quá, chịu không được.

- Anh mua giùm em đi anh, em bán rẻ cho, cây này xấu xí quá nên không ai chịu mua hết!

Tôi bật cười:

- Cô mua bán sao mà thiệt thà quá đi! Phải quảng cáo cho dữ dô, chớ sao lại nói như dị, ai mà thèm mua!

Cô khúc khích cho tôi biết là nhà chỉ có vài cây vạn thọ, cô đem ra chợ bán hòng kiếm chút tiền trang trải cho mấy ngày Tết. Mớ cây kia đã bán hết rồi, riêng cây này vì sơ ý để gãy mất chiếc bông chính nên bán không được.

- Thiệt ra cây này tốt và có màu đẹp nhứt đó anh, chắc là anh có duyên với nó nên nó chờ anh rinh về đó! – cô nói.

Quả tình cô bé lém hơn tôi tưởng. Mua hoa mà cũng có duyên có nợ nữa sao!

Đèo chậu bông về, tôi thấy người nhẹ nhõm, bâng quơ huýt gió, hình như có đôi mắt biết cười đang dõi nhìn theo…

Xin bạn đừng hỏi tôi là chậu bông đó giá bao nhiêu tiền, vì thật tình tôi không nhớ nổi đâu! Tôi chỉ còn nhớ là Tết năm đó tôi đón xuân bằng cây hoa vạn thọ cụt đầu. Nhưng nhờ mất ngọn mà nó đã đâm ra thêm không biết cơ man là nhánh mới. Cả chậu hoa đơm đầy những chiếc bông tròn tròn màu vàng chanh xinh xắn, rung rinh trong gió sớm xuân về.

***

Tần ngần đứng ngắm đám bông vạn thọ lùn tịt đang khoe sắc thắm như mừng nắng mới đầu ngày mà tôi ngỡ như đang về lại quê xưa. Ngắt một chiếc lá, vò nhẹ, một mùi thơm thong thoảng trong tiết trời se lạnh, bâng khuâng tôi nhớ tới chiếc lúm đồng tiền trên má trái của cô gái quê năm nào.Bạn biết không,Tết năm đó tôi may mắn lắm, chơi xóc bầu cua lấy hên đầu năm ăn được một mớ tiền, chắc là nhờ câu chúc Tết của cô, trong thời khắc cuối cùng của năm một ngàn chín trăm tám mươi bốn.

Chúng ta đi mang theo quê hương, và mang theo cả những kỷ niệm đã một thời gắn bó. Quê hương của tôi bình dị lắm, nó là hương quê, là cây cà dây mướp, là vạt bông vạn thọ, là nhưng chậu hoa sứ mà tôi đang chăm bón. Bạn thấy tôi xa quê đã lâu lắm rồi mà chân hình như vẫn còn dính phèn của ruộng đồng quê nhà, vẫn còn là tên nhà quê rặt, phải không, bạn hiền!

ỐC CHẢNH

Hắn có cái tên nghe rất quê mùa, rất đồng chua nước mặn: "Ốc, Diệp Ngọc Ốc".

Đã vậy mà thiên hạ còn ưu ái tặng cho hắn cái đuôi "Chảnh" đi kèm đàng sau tên cúng cơm. Thấy hắn ló mặt ở đâu là cứ nhè Ốc Chảnh mà réo, mà gọi. Hắn uất ức ghê lắm! Nhiều lúc hắn muốn gào lên thật to để đính chính là hắn không hề chảnh hay chọc. Nhưng hắn biết càng cãi, càng phân bua thì càng làm cho tên của hắn nhiều người biết hơn.

Thật tình mà nói, hắn là người có cá tánh rất lạ, không ai giống hắn mà hắn cũng chả thích phải giống ai. Hình như hắn chẳng vừa lòng với các vật dụng thường dùng, cho nên thứ gì vào tay, hắn cũng mày mò chỉnh sửa cho đến khi nào vừa ý thì mới chịu. Có lẽ vậy nên người ta mới hiểu lầm hắn là tên lập dị, hay là thằng chảnh như con cá cảnh chăng?

Có thể bắt đầu từ chuyện quần chuyện áo, chuyện giày chuyện dép, vì với những chuyện như vậy, khi được kể lại, mới thấy rõ bản chất chảnh của hắn 'bá đạo trên từng hột gạo' như thế nào.

Sau cuộc đổi đời 1975, gia đình hắn cũng như nhiều

gia đình khác đều tìm cách bỏ nước ra đi, vì biết không thể nào sống được với chế độ mới. Tía má hắn bán tống bán tháo tất cả những gì còn có thể bán được, rồi cố gắng chắt mót gom góp để lo cho các con đi vượt biên được đứa nào hay đứa nấy. Nhưng rất tiếc tiền bạc chỉ vừa đủ chung chi cho những người con đầu, nên hắn đành phải ở lại.

Đang là con út trong nhà, tự dưng được đôn lên làm người lớn, nên hắn khoái lắm. Khoái vì hắn là đứa con trai độc nhất còn ở lại, được tự do quậy phá mà tía hắn có tiếng dữ đòn cũng đành thở dài làm ngơ. Nếu lỡ động đến cậu quý tử thì hắn sẽ giỗi hờn, sẽ trách móc phân bì với các anh chị hắn được đi Mỹ sung sướng, riêng hắn phải hy sinh ở lại, phải chịu khổ chịu cực.

Được nuông chiều quá mức nên hắn sanh ra cái tánh quái đản là thích gì thì làm, không ai cản được. Hắn nhớ mãi vào tháng Mười năm đó, trời mưa dầm dề hết ngày này qua ngày khác, mưa không dứt hạt, mưa như muốn thối cả đất. Hắn chỉ có hai bộ quần áo để thay ra thay vô mỗi khi đi học, cho nên phải giặt ngay, nếu không muốn mặc quần áo dơ tiếp. Giặt giũ xong, trời vẫn còn tuôn mưa tầm tã, chẳng bói ra được miếng nắng để phơi nên nó cứ ẩm ướt hoài. Má hắn thương con nên lui cui bới bếp lửa, gắp từng cục than hồng bỏ vào chiếc bàn ủi con gà rồi cặm cụi ủi cho con. Những giọt mồ hôi lấm tấm thi nhau đọng trên trán bà, giữa tiết trời se lạnh.

Thấy nhọc công quá, hắn bèn lấy chiếc bội gà bằng giây kẽm úp lên trên lò than hồng, rồi trải quần áo ướt lên hong, mặc dù má hắn đã nhắc coi chừng bị cháy. Quả không sai, qua ngày mai đến giờ đi học, cầm chiếc quần lên, hắn hoảng hồn vì đàng sau mông đã hằn lên những vệt sạm đen ngang dọc hình mắt cáo của chiếc lồng gà. Than nóng chuyền nhiệt qua dây kẽm làm cháy quần, hay là việc không nghe lời mới xảy ra cớ sự? Hắn cóc thèm biết, cứ cào đầu ăn vạ y như Chí Phèo dỗi Thị Nở, rồi hẵng tính sau.

Hắn nhất quyết không thèm đến trường với chiếc quần nướng bằng than củi. Má hắn đành phải đón chuyến xe sớm nhất trong ngày, lặn lội vô Nha Trang tìm mua đồ mới cho con, dù gạo trong nhà đã hết, chưa kịp mua. Thời gạo châu củi quế, chạy ăn hàng ngày đã là một việc khá vất vả, nay phải chi thêm một khoảng tiền vô cớ cho thằng con "ông Trời", thì phải biết nó thê thảm đến chừng nào.

Tiền không đủ để sắm quần tây, má hắn đành mua về cho hắn một bộ quần áo công nhân màu xanh dương dày cộm. Sợ hắn mắc cỡ không chịu mặc, má hắn năn nỉ và hứa khi nào có đủ tiền sẽ có bộ khác tươm tất hơn. Đâu ngờ hắn lại rất khoái chí, vì sẽ không đụng hàng với bất cứ tên học trò nào cùng trường. Đi học mà chơi quần áo bảo hộ lao động, thử hỏi trên đời này còn có ai như hắn không!

Vài năm sau, nhà hắn khá giả hơn đôi chút vì có quà cáp của thân nhân ở Mỹ gửi về. Má hắn nhín lại vài xấp vải để may áo sơ mi và quần tây cho hắn.

Chê ông thợ may ở quê, người đã từng may vá cho cả anh em nhà hắn suốt một thời niên thiếu, không còn may đẹp như các hiệu may khác, khi mà mỗi sản phẩm được may xong đều đính kèm tên của bổn tiệm trông rất sang chảnh, cho nên mặc cho giữa trưa hè nắng chang chang hắn vẫn hì hà hì hục đạp xe lên thị trấn, chọn tiệm nổi tiếng nhất để may quần áo cho mình. Hắn tự "vẽ kiểu" để nhờ may theo ý hắn thích, và chả biết hắn sáng chế ra kiểu quái quỷ gì mà cứ áo sơ mi thì phải dài tay, hai cầu vai, hai túi có nắp, và lai áo phải chét bo mới được. Quần tây lúc đó đang là mốt ống loe, riêng hắn chọn ống túm rụm cho lạ đời chơi. Ông chủ tiệm lắc đầu ngán ngẩm, nhưng khách hàng là Thượng Đế, gặp phải con ông Trời thì cũng đành chịu. Hắn mặc chứ có phải ông ta mặc đâu !

Bên cạnh tiệm may là tiệm đóng giày. Chúi mũi vô tủ gương nhìn những đôi giày dép mới đóng đẹp quá, dằn lòng không được, hắn bậm gan đánh liều nhờ thợ đóng cho một đôi Xăm Bô, kiểu dép da thịnh hành lúc bấy giờ. Xin nói lại cho rõ là hắn nhờ đóng kiểu đặc biệt chứ không thèm mua thứ đã đóng sẵn, dù vẫn biết rằng giá tiền sẽ rẻ hơn rất nhiều.

Vốn là người có chiều cao khiêm tốn, nên hắn thửa một đôi cao gần một tấc, màu vàng nghệ, bảo đảm ai nhìn cũng phải liên tưởng tới hai cái đùi gà nấu cà ri liền tù tì. Tết năm đó, trong làng có một tên cả quỷnh, tí tởn diện áo mới, chơi quần ống túm, lệt bệt đôi dép da đi lênh khênh như kên kên mang guốc, mặt vác lên trời. Tất cả các món, từ giày dép cho đến quần áo máng trên người, đều trông rất dị hụ, bói khắp nước đố tìm ra được người thứ hai như hắn.

Giấy tờ bảo lãnh đi Mỹ của gia đình được gởi về. Phải mất gần ba năm hồ sơ xin đi đoàn tụ mới hoàn tất. Chỉ còn chờ ngày lên đường.Thời gian này là nỗi lo âu thấp thỏm trĩu nặng trong lòng tía hắn nhiều nhất.Vì sợ thằng con giở chứng, có bồ có bịch lung tung rồi đòi ở lại là kẹt cho cả gia đình. Hắn trấn an với tía hắn rằng nếu lỡ có bồ sẽ không "bịch" ai cả. Cho kẹo cũng không dám bịch.

Sắp xuất ngoại để đi Mỹ mà hành trang lên đường bèo

quá thì xấu hổ lắm, hắn có suy nghĩ quái đản như vậy. Từ suy nghĩ đến hành động chỉ mất một nốt nhạc, hắn bèn vòi má sắm cho hắn quần rin, áo khoác rin và mũ cũng rin luôn cho nó tiệp màu xanh lè từ đầu đến đít.

Ở quê thì có thắp đuốc cũng không tìm ra những thứ đó. Mà dù cho có đi nữa thì đào đâu ra tiền để chi vào những món hàng cao cấp như vậy. Không ai hiểu con bằng mẹ, bà sợ hắn giở chứng nên vội hứa khi nào vào đến Sài Gòn sẽ cố gắng lo đầy đủ.

Trước hôm lên máy bay đâu chừng vài ngày, chờ bộ đồ vía hoài mà chưa thấy, hắn bắt đầu trở quẻ, không thèm ăn không thèm nói. Mang bộ mặt đưa đám, cứ đến bữa cơm hắn leo lên sân thượng của khu chung cư, ngồi vắt vẻo trên lan can, mồm phì phèo điếu thuốc, mắt buồn rười rượi dõi về một phương trời xa xăm nào đó, y như kép cải lương đang tác điệu, sắp xuống vọng cổ.

Tía hắn sốt ruột đi tìm, thoáng trông thấy thằng con quái gở bày đặt hút thuốc lá, ông muốn dộng cho hắn một đạp văng tuốt xuống đường luôn cho rảnh nợ. Vì cả gia đình đều phải tùy thuộc vào hắn, nên ông cũng cố "nuốt lệ làm vui" để khỏi lỡ dở việc chung. Được thể hắn càng lên nước tợn.

Quần áo mũ mão cũng sắm xong. Chả lẽ mặc đồ xịn mà mang dép thì kỳ quá, hắn bèn "chơi" luôn đôi giày ngoại mắc gần một chỉ vàng. Cả Sài Gòn lúc đó hầu như ai ai cũng ăn mặc đơn giản, áo bỏ ngoài quần, chân dép lẹp xẹp. Chỉ riêng có tên phi líp lúa diện giày da, tém thùng bảnh tỏn, chỉ cần nhìn sơ qua là biết hắn nếu không ở dưới lên thì cũng ở trên xuống.

Đã vậy thôi đâu, hắn còn vòi vĩnh thêm cái đồng hồ Seiko 5 Quazt mặt đen sì như mặt Bao Công, hai cửa sổ, có đủ mười hai cột dạ quang ngồi chồm hổm, hai chiếc kim vừa chạy vừa nấc cụt mới chịu, không thèm chơi loại Citizen vàng nhạt, thứ tầm thường chỉ dành cho con gái.

Ngày ấn định rời Việt Nam là 1 Tây tháng Giêng của năm đó. Nhưng khi được thông báo sẽ dời lại hai tuần, hắn mừng rơn, vội "tung cánh chim tìm về tổ ấm," làm một chuyến quay ngược về quê, chỉ với mục đích để khoe khoang những thứ hắn vừa mới vòi được.

Khi gặp lại, ai ai cũng đều trầm trồ sao trông hắn cứ như Việt kiều về thăm quê, làm hắn hỉnh cái mũi dài như thằng người gỗ Pinocchio. Mới dung dăng dung dẻ ở dưới quê được vài ngày, điện tín từ Sài Gòn đánh về kêu hắn làm ơn làm phước nhảy xe lửa vô sớm chừng nào tốt chừng đó, vì chuyến bay đã thay đổi, sẽ bay sớm hơn dự định. Hắn bùi ngùi vỗ vai từng đứa bạn, và trong lúc phởn chí, hắn còn thòng thêm một câu: "Tao qua đó, tụi mày có cần gì thì thơ cho tao biết." Hắn nghĩ tiền bạc ở xứ Mỹ là lá rụng, cứ việc cúi xuống lượm là có hay sao mà nổ một câu xanh rờn như đít nhái.

Định cư và hội nhập vào nước Mỹ trong những năm đầu tiên đã làm hắn bở hơi tai vì vừa đi học vừa đi làm. Những ngày hoa mộng, làm vương làm tướng đã qua rồi. Đang từ là một ông Trời con chuyển qua làm tên nô lệ, vã mồ hôi cho việc trường việc lớp, cho công ăn việc làm, hắn rớt giá một cách thê thảm.

Nhưng cái thói rởm đời vẫn còn chảy trong máu. Sinh viên đi học chỉ mặc đơn giản quần Jean với áo thun, sau lưng đeo backpack là gọn nhất. Hắn không thèm bắt chước người ta chi cho mệt. (Tại sao phải giống người ta mà người ta không giống hắn? Lối suy nghĩ cù nhầy đó lúc nào cũng báo hại hắn).

Sách vở bỏ vào briefcase, quần trùm ra ngoài áo, chân vận giày da đen bóng loáng, cứ thế là hắn lộp cộp đến lớp. Nhiều người nhìn vô sẽ rất ngạc nhiên tại sao trong lớp lại có đến hai giáo sư. Một ông đang đứng trên bục giảng, một cha ngồi há hốc miệng như vịt nghe sấm, tiếng Mỹ vừa nói vừa rặn è è từng tiếng một. Chỉ có khi đi làm cho McDonalds, chủ tiệm không cho ăn mặc tùy tiện nên hắn đành chịu phép. Những lúc ngọ nguậy trong bộ đồng phục, hắn chán nản vô cùng. Xứ Mỹ mà mất tự do như vậy sao! Theo hắn, diện đồ vét thắt cà-la-oách đi chiên hăm- bơ- gơ mới đúng gu.

Quần áo ở Mỹ đa số là hàng được may sẵn. Giày dép cũng vậy, cứ lựa đôi nào vừa chân là mua, chứ không còn dịp được sắm sửa theo ý muốn. Ngậm ngùi, hắn tiếc cho một thời đã trôi xa.

Tình cờ một ngày đẹp trời theo bạn xuống thăm Tiểu Sài Gòn, thủ đô tị nạn của người Việt, hắn mới bật ngửa. Nào là nhà may, tiệm đóng giày, hàng quán nhan nhản khắp mọi nơi, hắn ngỡ như đang hiện diện ở Sài Gòn hoa lệ của ngày nào. Hắn mừng lắm. Bao nhiêu tiền dành dụm được, cùng với thằng bạn cũng "lúa" như hắn, cả hai nhảy vô tiệm giày để đóng cho mỗi đứa một đôi mà hắn gọi là "giày đi ăn giỗ." Ngồi chễm chệ trên ghế, nhìn ông chủ lăng xăng tiếp đón, hắn thấy có những lúc đời bỗng dưng vui!

Ngày còn ở dưới quê, đến dép còn không có để mang, nói chi đến giày. Nay được tự do chọn kiểu, chọn màu cho chính đôi giày đóng theo yêu cầu ở một nơi cách xa quê hơn nửa vòng trái đất, thì còn gì sung sướng hơn. Đòi thêm chỗ này một chút, bớt chỗ nọ một tẹo, hắn muốn đôi giày hắn thành hình ra sao ông chủ cũng chiều theo ráo nạo, miễn sao trả đủ tiền là được.

Theo đà tiến lên, hắn chui vô tiệm may bên kia đường, chọn vải để may cho hắn hai chiếc quần tây theo mẫu mã ngày xưa từng mặc. Lạ một cái là hắn phải đặt cọc trước 50%, chắc ông chủ mắc dịch sợ hắn "quên" lấy thì rách cả việc.

Sau một tuần chờ đợi, hắn háo hức cắp nách đôi giày màu mỡ gà vừa mới đóng, móc bóp lôi $175.00, thời giá của năm 1991, ra trả mà không một tiếng chắc lưỡi. Cộng luôn tiền công cho hai chiếc quần mới may, tất cả là $265.00. Số tiền dành dụm được sau mấy tuần xuống trung bình tấn chiên thịt đã vèo bay như lá rụng mùa thu.

Về nhà, tắm táp sạch sẽ, hắn hí ha hí hửng lên đồ, xỏ chân vào đôi giày mới và bắt đầu bát phố. Nhưng không như hắn tưởng, một cảm giác khó chịu từ từ len đến.Tiếng kêu cồm cộp cồm cộp theo những bước đi tù túng trong chiếc quần chật bó như gõ vào màng nhĩ, thiên hạ cứ nhìn nhìn hắn với đôi mắt tò mò, không biết tên này từ hành tinh nào lạc tới mà có lối ăn mặc lạ lùng, như muốn trêu ngươi người khác!

Tiu nghỉu như mèo bị cắt râu, hắn quay về nhà, lôi nào giày nào quần quăng vào thùng rác một cách không thương tiếc. Nằm gác tay lên trán, hắn suy nghĩ lung lắm.

Hắn không tiếc cho số tiền đã tiêu. Hắn chỉ tiếc cho sở thích rất ư là chướng mắt đối với mọi người nhưng lại rất tâm đắc của hắn đã mai một, không còn đất dụng võ. Cây quýt nhà quê nhà mùa đã ra trái chua lè nơi đất Mỹ mất rồi.

Hắn nhớ lại những giọt mồ hôi đọng trên trán của má hắn. Nhớ lại chiếc thùng nhựa cũ kỹ nằm chỏng chơ chờ gạo mua về. Nhớ lại ánh mắt thảng thốt của tía hắn khi thấy thằng con tập tành hút thuốc lá! Nhớ lại món nợ gia đình mấy năm sau mới trả hết, vì đã chi trả cho nào quần, nào áo, nào đồng hồ, nào giày dép mà lúc đó hắn nào hay nào biết.

Ngồi bật dậy, với tay lấy cuốn album cũ, hắn ngắm những tấm hình chụp trước rạp Rex ở Sài Gòn. Cung cách đứng chụp hình chân thì xỉa ra phía trước khoe đôi giày mới mua, tay cố tình cung ra cho thấy rõ chiếc đồng hồ mới tậu, hắn cười thầm mà cố ngăn tiếng thở dài. Mới hội nhập vào đời sống mới, văn hóa mới ở một đất nước mới có mấy năm thôi mà hắn đã thay đổi quá nhiều!

Những kiểu ăn mặc quái quái hoàn toàn không còn thích hợp nữa, hắn đã khác đi rất nhiều từ trong cách suy nghĩ, và hắn phải tự điều chỉnh lấy mình nếu không muốn bị đào thải.

Viết đến đây, câu thơ của cụ Nguyễn Công Trứ chợt về từ trong vô thức: "Đã sinh ra ở trong trời đất /sống phải có danh gì với núi sông". Ngậm ngùi, hắn tự nhủ: Danh giá gì với sông núi thì còn hãnh diện, chứ mang danh Ốc Chảnh chọe, Ốc chướng khí thì oải chè đậu quá, hỏng chết thì cũng bị lặc lìa lặc lọi có ngày!

Mục lục

Liên lạc Tác giả
Diệp Bảo Khương
khuongtunha@yahoo.com

Liên lạc Nhà xuất bản
Nhân Ảnh
han.le3359@gmail.com
(408) 722- 5626